இந்தியப் பயணம்

AF759043

ஜெயமோகன்

பிறந்தது 1962, ஏப்ரல் 22ல். பள்ளி நாள்களில் 'ரத்னபாலா' என்கிற சிறுவர் இதழில் முதல் கதையை எழுதினார். 1987ல் 'கணையாழி'யில் எழுதிய 'நதி' சிறுகதை பரவலாகக் கவனம் பெற்றது. 1988ல் எழுதப்பட்ட 'ரப்பர்' நாவல் அகிலன் நினைவுப் போட்டியின் பரிசைப் பெற்றது. இது தவிர கதா விருதும் சம்ஸ்கிருதி சம்மான் தேசிய விருதும் பெற்றுள்ளார். இவர் எழுதிய 'விஷ்ணுபுரம்' தமிழ் இலக்கிய உலகில் பெரிய கவனத்தைப் பெற்றதோடு விவாதத்தையும் ஏற்படுத்தியது. இவரது படைப்புகள் தொடர்ந்து தமிழ் இலக்கிய உலகில் அதிர்வலைகளையும் புதிய சாத்தியங்களையும் ஏற்படுத்திய வண்ணம் உள்ளன. தமிழ் மற்றும் மலையாளத் திரைப்படத் துறைகளிலும் இவரது பங்களிப்பு தொடர்கிறது.

கிழக்கு பதிப்பக வெளியீடுகளாக ஜெயமோகனின் புத்தகங்கள்

வெண்முரசு (மகாபாரதம் நாவல் வடிவில்)

முதற்கனல்

மழைப்பாடல்

வண்ணக்கடல்

நீலம்

பிரயாகை

வெண்முகில் நகரம்

இந்திரநீலம்

காண்டீபம்

வெய்யோன்

பன்னிரு படைக்களம்

சொல்வளர்காடு

வெண்முரசு (நாவல் பகுதிகள்)

எரிமலர்

புல்லின் தழல்

செம்மணிக்கவசம்

இருள்விழி

ஆயிரம் கைகள்

பிற நூல்கள்

விஷ்ணுபுரம்

ஏழாம் உலகம்

உலோகம்

கன்னிநிலம்

ஊமைச்செந்நாய்

ஜெயமோகன் சிறுகதைகள்

ஜெயமோகன் குறுநாவல்கள்

விசும்பு (அறிவியல் புனைகதைகள்)

பேய்க்கதைகளும் தேவதைக்கதைகளும்

நாவல் (கோட்பாடு)

சாட்சிமொழி

முன்சுவடுகள்

வாழ்விலே ஒரு முறை

லோகி (லோகிததாஸ் நினைவு)

நவீன தமிழ் இலக்கிய அறிமுகம்

புதியகாலம் (இலக்கிய விமர்சனம்)

இன்று பெற்றவை (நாட்குறிப்புகள்)

சிலுவையின் பெயரால்

இந்து ஞான மரபில் ஆறு தரிசனங்கள்

இந்திய ஞானம்

புல்வெளிதேசம் (ஆஸ்திரேலிய பயணக்கட்டுரை)

அண்ணா ஹசாரே

அபிப்பிராய சிந்தாமணி

சொல்முகம்

தனிக்குரல்

அருகர்களின் பாதை

இந்தியப் பயணம்

நூறு நிலங்களின் மலை

குகைகளின் வழியே

ஈழ இலக்கியம்

இலக்கியவிவாதக் கட்டுரைகள்

சூரியதிசைப் பயணம்

இந்தியப் பயணம்

ஜெயமோகன்

கிழக்கு

இந்தியப் பயணம்
India Payanam
Jeyamohan ©

First Edition: December 2016
136 Pages

ISBN 978-81-8493-681-0
Kizhakku - 959

Kizhakku Pathippagam
177/103, First Floor,
Ambal's Building, Lloyds Road,
Royapettah, Chennai - 600 014.
Ph: +91-44-4200-9603

Email : support@nhm.in
Website : www.nhm.in

kizhakkupathippagam
kizhakku_nhm

Author's Email: jeyamohan.writer@gmail.com

Author's Website: www.jeyamohan.in | venmurasu.in

Kizhakku Pathippagam is an imprint of New Horizon Media Private Limited.

This book is sold subject to the condition that it shall not, by way of trade or otherwise, be lent, resold, hired out, or otherwise circulated without the publisher's prior written consent in any form of binding or cover other than that in which it is published and without a similar condition including this the rights under copyright reserved above, no part of this publication may be reproduced, stored in or introduced into a retrieval system, or transmitted in any form or by any means (electronic, mechanical, photocopying, recording or otherwise), without the prior written permission of both the copyright owner and the above-mentioned publisher of this book.

எஸ்.திருமலைராஜன் (ஃப்ரீமாண்ட்)
அவர்களுக்கு

பொருளடக்கம்

நடைதிறப்பு

இந்தியாவைப் பார்க்கும்பொருட்டு நாங்கள் கிளம்பியது 2008 செப்டம்பரில். நண்பர் கிருஷ்ணன் பின்னர் சொன்னார், அந்தப் பயணத்தின் மிகப்புத்திசாலித்தனமான அம்சம் என்னவென்றால் அதற்கு இந்தியப் பயணம் என்று பெயரிட்டதுதான் என. நாங்கள் சென்றது ஈரோட்டி லிருந்து ஆந்திரம் வழியாக மத்தியப் பிரதேசத்தைக் கடந்து காசிவரை. அப்படியே கயா வழியாக ஒரிசாவுக்குள் நுழைந்து விசாகப்பட்டினம் வந்து சென்னை வந்தோம். அதை இந்தியா என நம்பிக்கொண்டமை எங்களுக்கு மிகப்பெரிய மன எழுச்சியை அளித்தது. அந்த உத்வேகமே அப்பயணத்தை இன்றைக்கும் மறக்கமுடியாத அனுபவ மாக ஆக்குகிறது.

பின்னர் பல பயணங்கள். அதைவிடப் பெரிய பயணமாக சமணப் பயணம். குகைகளின் வழியே ஒரு பயணம். வடகிழக்கு, லடாக், பூடான், காஷ்மீர் எனச் சென்று கொண்டே இருக்கிறோம். ஆனால் இந்தியா இன்னமும் பார்க்கப்படாத ஒன்றாகவே எஞ்சுகிறது. ஆதிசங்கரர் முதல் நாராயணகுருவரை அத்தனை ஞானியரும், வியாசர் முதல் வைக்கம் முகமதுபஷீர் வரை அத்தனை கலைஞர்களும் அலைந்துகண்ட இந்த நிலத்தை அப்படிப் பார்த்து முடித்துவிடமுடியுமா என்ன? பின்னர் பல பயணங்கள் மேலும் உத்வேகமானவையாக அமைந்தன என்றாலும் எங்களுக்கு இப்பயணம் கருவறை நடைதிறந்து தெய்வத்தை முதலில் பார்த்த அனுபவம்.

இப்போதெல்லாம் ஓர் ஆறுதல். நல்லவேளை, இன்னும் இந்தியா தீர்ந்துவிடவில்லை. இன்னும் நிறையவே எஞ்சியிருக்கிறது. இன்னும் நான் உயிருடன் இருக்க வாய்ப்புள்ள பத்துப்பதினைந்தாண்டுக் காலத்தில் இது எப்படியும் தீர்ந்துபோகாது. குளிர்ப்பெட்டி நிறைய இனிப்பு இருக்கிறது என நினைக்கும் சிறுவனின் நிறைவு.

இந்தியா ஒரு பெரிய கனவு. இப்பெருநிலத்தில் அலைவது ஒரு தவம். அதை சென்றுகாணாது எவரும் உணரமுடியாது. ஒவ்வொரு இடமாகச் சென்றுபார்க்கலாம், ஆனால் ஒட்டுமொத்தமாக இந்தியாவிற்குக் குறுக்கே ஒரு பயணத்தை மேற்கொள்வதென்பது அளிக்கும் இந்திய தரிசனமே வேறு. நூறு கிலோமீட்டர்களுக்குள் உணவு உடை பேச்சு எல்லாமே மாறிவிடும் அற்புதம். மாடுகளின் கொம்புகளே கூட மாறிக்கொண்டிருக்கும்.

ஆனால் மாறாத ஒன்று உண்டு. அதை உணர்ந்துகொண்டே இருப்போம். எப்போதோ ஒருபுள்ளியில் அதிர்ச்சியுடன் தூலமாகக் கண்டடைவோம். அதுதான் இந்தியதரிசனம். இங்குள்ள அரசியல் வாயாடிகளால் காணமுடியாதது. வைக்கம் முகமது பஷீரும், சிவராமக் காரந்தும் பிபூதிபூஷண் பந்த்யோபாத்யாயவும் கண்டடைந்தது.

அன்று எங்கள் பயணத்தில் உடனிருந்தவர்கள் வசந்தகுமார், கல்பற்றா நாராயணன், செந்தில்குமார், கிருஷ்ணன், சிவா ஆகியோர் இன்றும் ஒரு பரவசத்துடன் நினைத்துக்கொள்ளும் பயணம் இது. இதேவழியில் என் வாசகர்களில் பலர் பலமுறை பயணம்செய்யவைத்தது இப்பயணப் பதிவு. இன்னும் இளையவர்களுக்கு தோளில் ஒருபையுடன் கிளம்ப இந்நூல் ஊக்கமளிக்கவேண்டும் என விரும்புகிறேன்.

என் நண்பர் திருமலைராஜன் முதன்முறையாக அமெரிக்கப் பயணத்திற்கு ஏற்பாடுசெய்தவர். அமெரிக்கா என்றாலே எனக்கு சாஸ்தாமலையும் கிரேட்டர் ஏரியும்தான். அவை பலவகையான கனவுகளாக வெண்முரசு நாவல் தொடரில் வெளிவந்துகொண்டே இருப்பதைக் காண்கிறேன். தனிப்பட்ட முறையில் நான் மிகவும் கடன்பட்டிருப்பவர்களில் ஒருவர் அவர். இந்நூலை அவருக்கு சமர்ப்பணம் செய்கிறேன்.

ஜெயமோகன்

டிசம்பர் 2016

- 1 -

புறப்பாடு

செப்டெம்பர் நான்கு. இன்று காலை இந்தியச் சுற்றுலாவைத் தொடங்கினோம். ஆறுமாதம் முன்னரே திட்டமிடப்பட்டது. மெல்லமெல்லச் சூடுபிடித்து நாட்களை எண்ணி நிமிடங்களை எண்ணி இதோ அந்த நாள். சிறிய பயணமாக இருந்தாலும்கூட பயணம் தொடங்குவதென்பது என் வாழ்க்கையின் மிக உற்சாகமான விஷயங்களில் ஒன்றாகவே இருந்துவந்திருக்கிறது. சின்ன வயதில் ஒரு சினிமாவுக்குப்போவதென்றால்கூட என் மனம் பரபரக்கும். பலசமயம் பயணத்தைவிடப் பயணத்தின் தொடக்கமே முக்கியம் என்றுகூடத் தோன்றும்.

நான் செப்டெம்பர் இரண்டாம்தேதி மாலையே ஊரிலிருந்து கிளம்பிவிட்டேன். மதுரையில் பொ.வேல்சாமியின் மகளுக்குத் திருமணம். மூன்றாம்தேதி காலையில் மதுரை சென்று நண்பர் அ. முத்துகிருஷ்ணனின் வீட்டில் தங்கிக் குளித்து உடைமாற்றி திருமணத்துக்குச் சென்றேன். மதியம் பதினொரு மணிக்குக் கிளம்பி ஈரோட்டுக்கு மாலை ஐந்து மணிக்கு வந்தேன். வசந்தகுமார் மூன்றாம்தேதி மாலையிலேயே சென்னையில் இருந்து ரயிலில் கிளம்பி, நள்ளிரவில்தான் வந்து சேர்ந்தார். கல்பற்றா நாராயணன் கோழிக்கோட்டிலிருந்து பேருந்தில் வந்துசேர்ந்திருந்தார். விடுதியில் இரண்டு அறைகள் போடப்பட்டிருந்தன. விஜயராகவன் வந்து என்னை அழைத்துக்கொண்டு

விடுதியில் சேர்த்தார்.

விடுதியில் நண்பர்கள் சிவா, கிருஷ்ணன், தங்கமணி, பாபு ஆகியோர் இருந்தார்கள். மாலையில் டாக்டர் ஜீவா வந்தார். அவருடன் காந்தியைப் பற்றி வெகுநேரம் பேசிக்கொண்டிருந்தோம். இரவு ஒன்பது மணிமுதல் ஒருமணிநேரம் கடும் மழைகொட்டியது. காலையில் மழை இருக்குமோ என்றார் கிருஷ்ணன். பத்து மணிக்கு சாமான்களை எல்லாம் கொண்டுவந்து சேர்த்துவிட்டு நண்பர்கள் சென்றார்கள். நானும் கல்பற்றா நாராயணனும் இரவெல்லாம் பயணத்தைப்பற்றியே பேசிக்கொண்டிருந்தோம். மனக்கிளர்ச்சியை பேசிப்பேசி ஆற்றிக்கொண்டோமா அல்லது அணையாமல் பார்த்துக் கொண்டோமா என்பது சந்தேகம்.

உண்மையில் இன்றுகாலை இங்கே வந்துசேர்ந்தால்போதும் என்றுதான் எண்ணியிருந்தோம். ஆனால் வசந்தகுமார்தான் அதிகாலை யில் பயணம்செய்வதுதான் நல்லது, அந்த மனநிலை வெளிச்சம் வந்தால் வராது என்றார். இருள்பிரியா நேரத்தில் ஒருநகரைவிட்டு விலகுவதில் கவித்துவமாக ஏதோ ஒன்று உள்ளது. தூக்கம்பிடிக்க வில்லை என்றாலும் காலையில் எழவேண்டுமென்பதற்காக முன்னதாகவே படுத்துக் கொண்டோம்.

காலை ஐந்துமணிக்கு செவர்லே டவேரா வண்டி வந்தது. அதன் உரிமை யாளரும் ஓட்டுநருமான ரஃபீக் பாபு கொண்டுவந்தார். முன்னரே டீசல் நிரப்பியிருந்தோம். அதிக லக்கேஜ் தேவையில்லை என்று முடிவு செய்திருந்தோம். வடக்கே மழை இருக்குமென்பதனால் எளிதில் காயக்கூடிய மெல்லிய டி ஷர்ட்டுகள், பெர்முடாக்கள் வாங்கியிருந் தோம். அவற்றை துவைக்காமல் பலநாட்கள் அணியவேண்டும் என்று திட்டம். எங்காவது ஆறு தென்பட்டால் துவைத்துக் கொள்ளலாம். ஸ்வெட்டர், போர்வை, மழைக்கோட்டு உண்டு. போகுமிடங்களில் தேவையென்றால் விரித்து படுத்துக்கொள்ள பிளாஸ்டிக் விரிப்புகள் ஆறு. காற்றுத்தலையணைகள் சில. பேஸ்ட், சோப் போன்றவை பொதுவாக. அவ்வளவுதான். அவற்றை ஏர்பேக்குகளில் திணித்து காரின் மேலேயே கட்டிவைத்து மேலே கித்தானால் மூடினோம். இருபதுலிட்டர் தண்ணீர் கொள்ளும் கேன் ஒன்று உள்ளேயே. என்னுடைய லேப்டாப் கணிப்பொறி. அது பழையது, பழுதாகலாம் என்பதனால் செந்திலின் லேப்டாப் கணிப்பொறி. காமிராக்கள். எல்லாவற்றையும் கட்டிமுடித்தபோது ஐந்து மணி. ஐந்தரைக்குள் கிளம்பவேண்டுமென்று திட்டம்.

வழியனுப்ப பாபு வந்திருந்தார். அனைவரும் ஏறிக்கொண்டோம். செந்தில் எப்போதுமே டிரைவர் அருகே அமர விரும்புவார். நான் நடு

இருக்கை. கார் கிளம்பி குளிர்ந்த காற்று முகத்தில் பட்டதும் ஆம், கிளம்பிவிட்டோம் என்ற எண்ணம் ஏற்பட்டது. விடியற்காலையில் எல்லா நகரங்களும் அழகாக இருக்கின்றன. குப்பைகள்கூட ஒருவகை வசீகரத்துடன் பரவிக் கிடப்பதாகத் தோன்றுகின்றன. ஈரோட்டை விட்டுவிலகி ஏலம் பாதையில் செல்ல ஆரம்பித்தோம். சேலம் அருகே தாரமங்கலம் எங்கள் முதல் இலக்கு.

காலையில் மழைபெய்து ஈரமான நகரத்தைவிட்டு குளிர்காற்று முகத்தில் அறைய சென்றோம். உற்சாகமான பயணம். தொடங்கும் வரை இருந்த மெல்லிய பதற்றம் சட்டென்று அணைந்து ஆழமான அமைதி மனதில் குடிகொண்டது. நனைந்த சோளக்கொல்லைகள் ஈரமான கரிய கூரைகள் பாய்லர்களில் இருந்து எழும் நீராவிக்கு சுற்றும் காலை டீ குடிக்க கூடியவர்கள். காலையில் அழகாக இல்லாத இடமே இல்லை.

- 2 -

தாரமங்கலம்

இன்று செப்டெம்பர் நான்காம்தேதி காலையில் ஈரோட்டி லிருந்து கிளம்பி ஏழு மணி அளவில் தாரமங்கலம் வந்துசேர்ந்தோம். விடிவதற்குள் வந்துவிடவேண்டு மென்று திட்டம் இருந்தும்கூட வந்தபோது வெயிலேறி விட்டிருந்தது. தாரமங்கலத்திலுள்ள கைலாசநாதர் கோயில் குறிப்பிடத்தக்க சிற்பங்கள் கொண்டது. பழங் காலத்தில் 'சில்பி' இங்குள்ள சிற்பங்களை விகடனில் வரைந்ததை எங்கள் வீட்டு நூலகத்தில் பார்த்தது நினைவுக்குவருகிறது. நான் சேலம் வழியாக பலவருடங்கள் பயணம்சென்றிருந்த போதிலும்கூட இந்தக் கோயிலைப் பார்த்ததில்லை.

வழியில் பயணத்தின் நுட்பங்களைப்பற்றியே பேசிக் கொண்டோம். மலையாளத்தில் 'காணப்போகும் விழாவை சொல்லித்தெரிவிக்க வேண்டாமே' (காணான் போண பூரம் பறஞ்ஞு அறியிக்கணோ?) என்று பழமொழி உண்டு. ஆனால் ஒரு பயணம் தொடங்கும்போது வேறு விஷயங்களில் மனம் படிவதில்லை. அந்த மனநிலையை தக்கவைத்துக் கொள்வதற்காகவே பேச்சு. எதைப்பற்றிப் பேசினாலும் பயணத்துக்குத்தான் வந்துசேரும். ஆகவே பயணத்தைப்பற்றியே பேசினோம். எந்தப்பயணத்திலும் ஆரம்பத்தில் நிறையவே பேசுவோம். காரணம் மனம் சொற்களால் நிறைந்து வழிந்துகொண்டிருக்கும். மெல்ல மெல்ல மனம் காட்சிப்பிம்பங்களால் நிறைந்து கனக்கும் போது மௌனம் உருவாக ஆரம்பிக்கும். ஊர்

கைலாசநாதர் கோயில், தாரமங்கலம்

திரும்பும்போது அனேகமாக ஆழமான அமைதி நிலவும். அந்த அமைதிதான் நாம் பயணங்களில் ஈட்டுவது.

ஹொய்சள ஆட்சியின் கீழ் இருந்தபோது இந்த ஆலயம் முதலில் கட்டப் பட்டிருக்கிறது. ஹொய்சளக் கட்டடக்கலைக்குரிய தனித்தன்மைகள் கொண்டகோயில் இது. இந்த ஆலயத்தின் முக்கியமான சிறப்பியல்பு என்பது கிட்டத்தட்ட பன்னிரண்டு படிகள் இறங்கிச் சென்றுதான் கோயிலை அடையமுடியும் என்பதுதான்.இந்த அமைப்பை நான் அதிகம் கண்டதில்லை. இக்கோயில் மிகப்புராதனமானதாக இருந்திருக் கலாம். புதைந்து போன அதை அகழ்ந்து மீட்டு சுற்றிலும் பிராகாரமும் கோபுரமும் அமைக்கப்பட்டிருக்கலாம். கோபுரவாசலை தாண்டி

இறங்குமிடம் இரு பெரும் கருங்கல் யானைகள் துதிக்கை தூக்கி நிற்பது போலச் செதுக்கப்பட்டுள்ளது. ''யானைக்கு தசையை விட கருங்கல் தான் ஏற்றது'' என்றார் கல்பற்றா நாராயணன்.

இந்தக் கோயில் கெட்டி முதலியார் என்ற சிற்றரசரால் மீட்டுருவாக்கப் பட்டது என்று வரலாறு. இவர் அருகே இருந்த அமரகுந்தி என்ற ஊரை தலைநகரமாகக் கொண்டு ஆட்சி செய்தவர். ஹொய்சள வம்சா வளியைச்சேர்ந்தவர் இவர். கெட்டிகள் என்பவர்கள் ஹொய்சள காலகட்டத்தில் தமிழகத்திற்கு வந்து மெல்லமெல்ல இங்கு வேளாளர் களாக அடையாளம் காணப்பட்டவர்கள் என்று தெரிகிறது.

தாரமங்கலம் சிற்பங்கள் முக்கியமானவை. பொதுவாக சிற்பங்களைப் பற்றிய நேரடி வர்ணனைகள் சொற்களாக மட்டுமே ஆகிவிடும்தன்மை கொண்டவை. ஆனாலும் சிறந்த சிற்பங்கள் நம்மை அரற்றச் செய்கின்றன. இங்குள்ள அழகிய ரதிமன்மதச் சிலைகள் முன்னால் சற்றுநேரம் நின்றோம். தென்பாண்டிநாட்டுக் கோயில்களில் ரதிமன்மதன் சிற்பங்கள் பெரும்பாலும் இருக்கும். திருவட்டாறு கோயிலின் ரதி என் சிறுவயதிலேயே ஒரு இனிய கனவுபோல நெஞ்சில் நிறைந்தவள். வழக்கமாக நம் சிற்பங்களில் ஆண்தெய்வங்கள் சற்றே பெண்மை கலந்தவையாக சித்தரிக்கப்பட்டிருக்கும், காரணம் சாத்வீகபாவனை வரவேண்டும் என்பதற்காக. ஆனால் மன்மதன் சிற்பம் எப்போதுமே மீசையுடன் திரண்ட தோள்களுடன் ராஜச பாவம் கொண்ட ஆண்மைத்தோற்றத்துடன் சித்தரிக்கப்பட்டிருக்கும். அதேசமயம் ரதி பெண்மையின் நளினத்துடன் சற்றே மிடுக்கும் கலந்த தோற்றத்தில் இருப்பாள். ஆனால் தாரமங்கலம் மன்மதன் மீசையுடன் இல்லை. மீசை இல்லாமலேயே அந்த மிடுக்கை கொண்டு வந்திருக்கிறான் சிற்பி.

சிவநடனத்தில் ஊர்த்துவநடனம் என்பது ஊழிக்காலப் பேரழிவைக் குறிக்கும் தத்துவார்த்தமான குறியீடாகும். அப்போது பெரும்பாலும் அபயஹஸ்தம் - அருள்புரிக்கரம் - இருப்பதில்லை. செந்தழல் தலைக்குமேல் தூக்கப்பட்டிருக்கும். பெரும்பாலான இடங்களில் ஊர்த்துவ நடராஜர் தனியாகவே இருக்கிறார். நடராஜர் சிலை சுழற்சியின் ஒரு கணம் என்று காணவேண்டும். பறக்கும் சடைகள் அதையே குறிக்கின்றன. ஆகவே ஊர்த்துவதாண்டவம் என்பது உச்சகட்ட சுழல்வேகம். சுழற்சியின் வேகம் உச்சமடைந்து தன்னைத் தானே இன்மையாக்கிக் கொள்ளும் பிரபஞ்சமே இங்கு நடராஜ தாண்டவமாகக் குறிப்பிடப்படுகிறது. தாரமங்கலத்தின் ஊர்த்துவ நடராஜர் சிலை மிகவும் தீவிரமானது. தழல் தலைக்குமேல் தூக்கப் பட்டுள்ளது. சூழ்ந்து கைகள். முகத்தில் உக்கிரம்.

ஊர்த்துவ நடராஜருக்கு அருகே ஊடி நிற்கும் சிவகாமியை பெருமான் தாடையை பிடித்துக் கொஞ்சி சமாதானம் செய்கிறார். அதனருகே ஊடல் தணிந்த தேவி புன்னகையுடன் தலை குனிந்து நிற்கிறாள். அதனருகே உள்ள அஹோர வீரபத்ரன் அக்னி வீரபத்ரர் சிலைகளும் உக்கிரமும் நுட்பமும் கொண்டவை. வாலி சுக்ரீவ போரில் ராமன் மறைந்து நின்று வாலியை வதம் செய்யும் சிலையும் அழகானது. தனி சன்னிதியாக பின்பக்கம் நாய் நிற்கும் காலபைரவன் சிலை உள்ளது.

இங்கு பல மோஹினிசிலைகள் உள்ளன. பொதுவாக தாந்த்ரீக மரபு உள்ள கோயில்களில் மோஹினி சிலைகள் அதிகமாக இருக்கும். பூமரக்கிளைகளை பிடித்து வளைத்து ஒசிந்து நிற்கும் தோற்றம். திமிர்த்து நிற்கும் உடலழகும் கவரும் பார்வையும். ஆனால் பல மோஹினி சிலைகளை இங்கே ரிஷி பத்னி என்று அடையாளப் படுத்தியிருக்கிறார்கள். ஒரு மோஹினிசிலை மட்டும் வேறு வழியில்லாமல் மோஹினி என்றே அடையாளப்படுத்தப்பட்டிருக் கிறது. காரணம் சிலையின் காலடியில் இரு அசிங்கமான மனித உருவங்கள் உள்ளன. அச்சிலையை ரிஷி பத்னி என்றால் அவர்களை ரிஷிகள் என்று சொல்ல வேண்டியிருக்கும். செவ்வியல் கலையின் இயல்புகளில் ஒன்று அது. அழகு அசிங்கத்தால் தீவிரம் சாந்தத்தால் சமன் செய்யப்பட்டிருக்கும். பெரும்பாலான மோஹினிசிலைகளுக்கு கீழே அசிங்கமான குரங்குகள் மனிதர்கள் இருப்பதைக் காணலாம்.

தாரமங்கலம் கோயில்தான் நாங்கள் தமிழ்நாட்டில் பார்க்கும் முதல்கோயில். பயணத்தின் உண்மையான தொடக்கம் இது. இனி ஆந்திர எல்லையில் லெபாக்ஷி கோயில்தான். ஆகவே தமிழகத்தின்

மோஹினி சிலைகள், கைலாசநாதர் கோயில், தாரமங்கலம்

பிரதிநிதி இது. தமிழ்நாட்டை தென்னகப் பண்பாட்டுக்கூறுகள் அனைத்தும் வந்து கலந்து உருவான பண்பாட்டுக் களஞ்சியம் என்று சொல்ல முடியும். விஜயநகர கட்டடக்கலை, ஹொய்சளக் கட்டடக் கலை போன்றவை தமிழகத்திற்கு வந்து இங்கு மேலும் வளர்ந்தன. தமிழகத்தின் பண்பாட்டு உரையாடலுக்குச் சான்றாக நிற்கிறது இந்த ஆலயம்.

அருகே ஒரு காளி கோயிலின் கிட்டத்தில் எண்கோண வடிவிலான படிகள் அமைந்த ஒரு குளம் உள்ளது. அது தாந்த்ரீக சடங்குகளுக்கான குளம் என்பதை அங்கிருந்த விளக்கு வைக்கும் பிறைகள், சிறிய புடைப்புச்சிற்பங்கள் மூலம் அறிந்துகொண்டேன். காலை வெயில் மெல்ல வெண்ஒளிகொள்ள ஆரம்பித்தபோது அங்கேயே காலையுணவு உண்டுவிட்டுக் கிளம்பினோம்.

சேலத்தில் இருந்து பெங்களூர் சாலையில் தர்மபுரி வழியாக கிருஷ்ணகிரி சென்று கர்நாடக ஆந்திர எல்லையில் இருக்கும் லெபாக்ஷிக்கு போகவேண்டும். தேசிய நெடுஞ்சாலையாதலால் வேகம் பிடித்துச் செல்ல முடிந்தது. சேலம் - தர்மபுரி சாலை எனக்கு மிகவும் பழக்கமானது. சேலம் தாண்டியதும் ஓமலூர் வரை இருபக்கமும் வெறிச்சிட்ட ஒருபோகநிலம். அதன் பின் கருவேலக் குறுங்காடு பரவிய குன்றுகள். ஓமலூர் கணவாயை ஏறியதுமே மெல்ல தட்பவெப்பநிலை மாறுபடுகிறது. காற்றில் குளிர் கலக்கிறது.

- 3 -

லெபாக்ஷி

செப்டெம்பர் நான்காம்தேதி முன்மாலைக்குள் லெபாக்ஷியை அடைந்துவிடவேண்டுமென்பது எங்கள் திட்டம். அங்கேயே தங்கலாமென்று வசந்தகுமார் சொல்லி யிருந்தார். ஆனால் தருமபுரி தாண்டி பாலக்கோடு வழியாக ஓசூர் வந்ததுமே பிரம்மாண்டமான போக்குவரத்துச் சிக்கலில் மாட்டிக் கொண்டோம். பெங்களூர் வட்டச் சுற்றுபாதையில் நுழைந்து ஹைதராபாத் செல்லும் தேசிய நெடுஞ்சாலை ஏறி நுழைய மணி இரண்டு ஆகிவிட்டது.

நான் பாலக்கோட்டில் பணியாற்றிய நாட்களில் அடிக்கடி பெங்களூர் சென்று சினிமா பார்ப்பதுண்டு. பதினாறு வருடம் கழித்து ஓசூர் பெங்களூர் சாலையில் நுழைந்த நான் பிரமித்தே போனேன். அது ஏதோ மேலைநாடு போலிருந்தது. எங்கு நோக்கினாலும் அதிபிரம்மாண்ட மான கட்டுமானங்கள். புத்தம் புதிய கட்டடங்கள். இந்தியாவில் இத்தனை அசுர வளர்ச்சி எந்த நகரத்துக்காவது இருக்குமா என்பதே ஆச்சரியம்தான். ராட்சதர்கள் போல எழுந்து நின்ற குடியிருப்புக் கட்டடங்கள். அம்பாசிடர் காரே கண்ணில் படவில்லை என்று ஆச்சரியத்துடன் சொன்னேன். அப்போது பார்த்து ஒரே ஒரு கார் குறுக்காகச் சென்றது.

கர்நாடகா ஆந்திரா எல்லை நோக்கி சென்றால் ஆந்திராவில் அனந்தபூர் மாவட்டத்தில் இந்துபூர் அருகே லெபாக்ஷி வருகிறது. மூன்றுமணிக்கு பெங்களூர் எல்லைக் குள்ளேயே சாப்பிட்டோம். சாலையில் இருபக்கமும்

விரிந்த ராயலசீமாவின் உருளைக்கல் குவிந்த மலைகளைப் பார்த்தபடி மாலைவெயில் மங்கியபடியே வந்துகொண்டிருந்தபோதுதான் லெபாக்ஷியை அடைய முடிந்தது. லெபாக்ஷிக்கு ஒரு சிறுசாலை வழியாக மீண்டும் திரும்பிச் செல்லவேண்டும். சமீபத்தில் நிறைய மழைபெய்திருக்க வேண்டும். எங்கும் மென்மையான பசுமை இருந்தது. ஏரிகளில் கலங்கலான செந்நிற தண்ணீர் ஓரளவு காணப்பட்டது.

லெபாக்ஷி வரலாற்றுரீதியாக மிக முக்கியமான ஓர் ஊர். விஜயநகர வரலாற்றில் லெபாக்ஷிக்கு முக்கியமான இடம் உண்டு.லெபாக்ஷியை ஒருநடுத்தரமான கிராமம் என்று சொல்லலாம். அதிகநீர்வளமில்லாத நிலம். இங்கே சிவனுக்கும் விஷ்ணுவுக்கும் வீரபத்ரருக்கும் தனித்தனி யான கோயில்கள் உள்ளன. இங்குள்ள கோயில்களை பிற்கால விஜயநகர கட்டடக்கலையின் சிறந்த உதாரணங்களாகச் சொல்வது ஆய்வாளர்களின் வழக்கம். கூர்மசைலம் என்று அழைக்கப்படும் சிறிய குன்றுமீது (ஆமைமலை) ஒரே வளைப்புக்குள் பாபனதீஸ்வரர், ரகுநாதர், ஸ்ரீராமர், வீரபத்ரர் ஆலயங்கள் உள்ளன. இங்குள்ள வீரபத்ரர் ஆலயம்தான் கலைமுக்கியத்துவம் கொண்டது. மற்ற கோயில்களை சிறிய சன்னிதிகள் என்றுதான் சொல்ல வேண்டும்.

லெபாக்ஷியின் முக்கியமான கவர்ச்சியே இங்குள்ள மாபெரும் நந்தி மற்றும் சேடன் சிலைகள்தான். குறிப்பாக ஒற்றைக்கல் நந்திசிலைதான் இந்தியாவின் மிகப்பெரிய நந்தி என்றார்கள். கோயிலுக்கு வெளியே சாலையோரமாக நம்மை இது வரவேற்கிறது. கோயிலைப்பற்றிய ஒரு பிரமிப்பை இது உருவாக்குகிறது. போகிற வழியிலேயே இறங்கி அதைப்பார்த்தோம். அதன் வால் அடிவயிறு வழியாக மறுபக்கம் வந்து கிடப்பதுபோலச் செதுக்கப்பட்டிருப்பது அழகாக இருந்தது.

லெபாக்ஷி நூற்றெட்டு சைவத்தலங்களுள் ஒன்று என்று ஸ்கந்த புராணத்தில் குறிப்பு இருக்கிறதாம். இக்கோயிலை அகத்தியர் நிறுவியதாக ஐதீகம் உள்ளது. இங்கிருந்து 35 கிலோமீட்டர் தொலைவில் உள்ள பெனுகொண்டாவின் ஆளுநர்களாக இருந்த வீரண்ணா விரூபண்ணா சகோதரர்களால் உருவாக்கப்பட்டவை லெபாக்ஷி கோயில்கள். விரூபண்ணா இங்கே ஆமைக்குன்றுமீது குகைக்குள் இருந்த வீரபத்ரர் சிலையைக் கண்டடைந்தாராம். அதை அவர் அங்கே பிரதிஷ்டைசெய்து பெரும் ஆலயம் ஒன்றை கட்ட ஆரம்பித்தாராம்.

ஆலயப்பணிக்காக விரூபண்ணா அரசாங்கக் கருவூலத்தை பயன்படுத்தினார். விஜயநகர மன்னருக்குரிய கப்பத்தைச் செலுத்தவில்லை. அவர் கோயில் கட்டுவதை அறிந்து அதைப்பார்வையிட வந்த விஜயநகர மன்னர் கருவூலம் காலியாக இருப்பதைக் கண்டு கோபம்கொண்டு விரூபண்ணாவிடம் அவரது கையாலேயே அவரது கண்களை குத்திக்கொள்ள ஆணையிட்டாராம். விரூபண்ணாவும் அப்படியே

செய்தார். லெபாக்ஷி என்ற பெயர் இதனால்தான் வந்ததாம். லோப + அக்ஷி என்றால் குருட்டுவிழி என்று பொருள். கோயில் வேலை முழுமையடையாமலேயே நின்றுவிட்டது.

விருபண்ணாவைப்பற்றி எண்ணிக்கொண்டேன். வரலாறு விசித்திரமான மீறல்களும் குரூரங்களும் தியாகங்களும் நிறைந்தது.

விருபண்ணா செய்தது ஒரு வகையில் பிழை. அவருக்கு உரிமையில்லாத பணத்தை அவர் செலவிட்டார். ஆனால் வீரபத்ரசாமி கோயிலின் பிரம்மாண்டமான கலையழகைப் பார்த்து நடக்கும்போது அந்த தவறு ஒரு மாபெரும் சரியினால் சூழப்பட்டுள்ளது என்று தோன்றுகிறது. ஒரு கலைப்படைப்பு அவர் வழியாக தன்னை நிகழ்த்திக் கொண்டது. அவர் ஒரு வரலாறுக் கருவி. அவர் செய்தது சரியோ தவறோ அதன்மூலம் அவரது வாழ்க்கை முழுமை அடைந்தது.

அவருள் இருந்து அவரை உந்தி அச்செயலை நோக்கிக் கொண்டுவந்த சக்தி என்ன? கலைத்தாகமா, பக்தியா? எளிதில் அக்கேள்விக்குப் பதில்சொல்லிவிட முடியாது. வரலாறு மனிதர்கள் வழியாக தன்னை நிகழ்த்திக் கொள்கிறது என்று மட்டுமே

வீரபத்ரசாமி கோயில், லெபாக்ஷி

காலத்தின் இக்கரையில் நின்று நோக்கும்போது சொல்லத் தோன்றுகிறது.

வீரபத்ரசாமி கோயில் மணற்கல்லால் கட்டப்பட்டது. கருங்கல்லின் மினுமினுப்பு வரவில்லை என்றாலும் இந்தக்கல்லில் சில நுண்ணிய குழைவுகளைக் கொண்டுவரமுடியும். இக்கோயில் மூன்று பகுதிகளாக உள்ளது. முக்தமண்டபம் அல்லது ரங்கமகால் முதலில். மையக் கோயிலில் இருந்து தனித்து நிற்பது இது. பின்னர் அர்த்தமண்டபம். அதற்கு அப்பால் கருவறையும் அதன்முன் கல்யாண மண்டபமும். கல்யாண மண்டபத்தில் சிற்பப்பணி முடிவடையாத முப்பத்தெட்டு ஒற்றைக்கல்தூண்கள் சிற்பநுட்பத்துடன் கூரையைத்தாங்கி நிற்கின்றன. ஒரு வழிபாட்டுத்தலம் என்பதைவிடவும் ஒரு அற்புதமான கலைக்கூடம் என்ற எண்ணமே இக்கோயிலைக் கண்டதும் எழுகிறது.

கோயிலின் ஐதீகமும் அதற்கேற்றதுபோலத்தான் உள்ளது. இந்த தலத்தில்தான் சிவபார்வதி திருமணம் நிகழ்ந்தது என்பது ஸ்தலபுராணம். அதற்கேற்ப எங்கும் அழகு ததும்பி நிற்கும் செதுக்குத்தூண்கள். நாட்டிய மண்டபத்தில் இசைக்கலைஞர்களும் நடனமாதர்களும் களியாட்ட நிலையில் காலத்தில் பிரமித்து நிற்கின்றார்கள். கல்யாணமண்டபம் பணி முடிவடையாத நிலையில் உள்ளது. தும்புரு நாரத நடனம் அனந்தசயனம், தத்தாத்ரேயர், நான்முகபிரம்மன், ரம்பா போன்ற சிலைகள் மணற்கல்லுக்கு உரிய நுட்பமான செதுக்கல்களுடன் மனதைக் கவர்கின்றன.

ஆழமான ஒரு ஈர்ப்பு இக்கோயிலுக்கு உள்ளது. சற்றே பாழடைந்த புராதனமான கோயில்கள் உருவாக்கும் கால உணர்வுதான் இது. மைய ஆலயமான வீரபத்ரர் கோயிலில் தேவன் கையில் தட்சனின் தலையுடன் பொன்னிற காப்பும் கவசமும் அணிந்து நின்றிருக்கிறார். அர்ச்சகர் தமிழிலேயே விளக்கி தரிசனம்செய்து வைத்தார். நேர் முன்னால் முழு கவசமணிந்த துர்க்கையின் சிலை ஒரு தூணில் உள்ளது. அதை ஒரு சன்னிதியாக ஆக்கியிருக்கிறார்கள். அதிகம்பேர் வணங்கும் பொருட்டு நேர் முன்னால் கண்ணாடி வைக்கப்பட்டுள்ளது.

நாட்டிய மண்டபத்தையும் கல்யாண மண்டபத்தையும் பார்த்து முடிக்கவே முடியாது. மிக அற்புதமான சிலைகள் வரிசையாக இருக்கின்றன. குறிப்பாக ஒரே தூணில் உள்ள யட்சனும் புஷ்ப யட்சியும் ஆண்மைக்கும் பெண்மைக்கும் மிகச்சிறந்த உதாரணங்கள். பலநிமிட நேரம் அச்சிலைகள் முன்னால் பிரமித்து நின்றுவிட்டோம். குறிப்பாக இருசிலைகளின் மூக்குகளையும் ஒரே பார்வையில் பார்க்கலாம். யட்சனின் மூக்கு ஆண்மையுடன் தடித்துக் கூர்மையாக இருக்கையில் யட்சியின் மூக்கு செதுக்கப்பட்டது போல மென்மையான கூர்மையுடன் உள்ளது.

நாட்டியமண்டபத்திலும் கல்யாணமண்டபத்திலும் மேலே கூரையில் உள்ள சுவரோவியங்களும் புகழ்பெற்றவை. மகாபாரத ராமாயண காட்சிகளுடன் வீரண்ணா, விரூபண்ணா ஆகியோர் தங்கள் பரிவாரங் களுடன் இறைவனை வணங்கும் காட்சிகள் உள்ளன. இங்குள்ள சிற்பங்களும் சரி ஓவியங்களும் சரி இந்திய மரபுக்கலையின் பாணியில் ஒரு சிறு இடத்தைக்கூட விடாமல் வரைதளத்தை முழுக்கவே நிரப்பும் வகையில் நுட்பங்களுடன் உள்ளன. ஓவியங்கள் இரட்டைப் பரிமாணத்தில் அலங்காரக் கலைகளின் தர்க்கத்தைக் கொண்டவையாக உள்ளன. ஆனால் பெரும்பாலும் அழிந்த நிலையில் கூர்ந்து நோக்கினால் மட்டுமே உருவங்கள் தெரியும் வகையில் உள்ளன.

இந்தக்கோயிலின் சிறப்பு என்று என்னுடைய நோக்குக்கு பட்ட ஒன்று உண்டு. கோயிலுக்குள்ளேயே பெரும்பாறை ஒன்று வருகிறது. அதாவது பழைய கூர்ம சைலத்தின் குகைச்சன்னிதியை உள்ளே வைத்து கட்டப் பட்டுள்ளது கோயில். கருவறைக்கு அப்பால் காலியாக இருண்டு கிடக்கும் அந்தச் சிறு அறையைச் சென்று பார்த்தபோது ஓர் மன அசைவு ஏற்பட்டது.

கோயிலின் பக்கவாட்டில் கட்டிமுடிக்கப்படாத ஒரு மண்டபம் சிற்பங்கள் மண்டியதூண்களாக மட்டும் நின்று கொண்டிருக்கிறது. முகப்பில் அகத்தியர் முதலிய ரிஷிகளின் அற்புதமான சிலைகள் வரிசையாக நிற்கின்றன. உள்ளே நின்ற திருக்கோலத்தில் விஷ்ணுவின் சிலை உள்ளது. விஷ்ணுகோயிலுக்குரிய மண்டபமான இது முடிக்கப் படவேயில்லை. உள்ளே உள்ள சிலைகள் எல்லாமே அசாதாரணமான முழுமையுடன் உள்ளன.

கோயிலுக்கு வெளியே இயற்கையான பாறை ஒன்றை செதுக்கி உருவாக்கப்பட்டுள்ள மாபெரும் நாகச்சிலை கீழே இருக்கும் சிவலிங்கத்துக்குக் காவலாக பத்தி விரித்து நிற்கிறது. லெபாக்ஷியில் மிகவும் பிரபலமாக இருக்கும் சிலை இதுதான். பிரமிப்பூட்டுமளவு பெரிது என்பதற்கு அப்பால் இதில் சிற்ப அழகேதும் இல்லை. ஆனால் அந்தப்பாறையின் பக்கவாட்டில் உள்ள பெரிய புடைப்புப் பிள்ளையார் சிலை - உண்மையில் அது ஒரு பிள்ளையார்க்குழந்தை - அழகானது.

லெபாக்ஷியில் விஜயநகரக் கட்டடக்கலையின் எல்லா வகைபேதங் களையும் பார்க்க முடியும். விஜயநகரக் கட்டடக்கலையானது அதன் கலைச்சோதனைகளை தூண்களில் நிகழ்த்திப்பார்த்தது. ஆறுபட்டை வடிவத்தூண்கள் வட்டத்தூண்களில் ஆரம்பித்து சிற்பங்களின் கூட்டு வடிவமாகவே நிற்கும் தூண்களை அது அடைந்தது. வீரபத்ரசாமி கோயிலின் ரங்கமண்டபத்தூண்கள் ஒவ்வொன்றும் ஒரு தனிக் கலைக்கூடம் போல சிற்பம்செறிந்தது.

கோயிலைச்சுற்றி ஏராளமான பிராகாரங்களும் மண்டபங்களும் இடிந்தும் முழுமைகொள்ளாமலும் நீர் கசிந்தும் கைவிடப்பட்டுக் கிடக்கின்றன. அந்தக் கல்வனத்துக்குள் நிற்கும்போது சென்றகாலத்தில் ஏதோ ஒரு கணத்தில் விழித்துக்கொண்டு திகைத்து நிற்பதுபோன்ற பிரமிப்பும் மௌனமும் உருவாகியது. ஆறரை மணிக்கு கோயிலைப் பூட்டிவிடுவார்கள் என்றார்கள். ஆகவே அரை இருட்டு பரவும் நேரத்தில் வெளியே வந்தோம்.

லெபாக்ஷியில் இரவு தங்கமுடியுமா என்று தேடிப்பார்த்தோம். அரசு விடுதி ஒன்று இருந்ததைக் கண்டுபிடித்தேன். வினாயகர் பூஜை வைத்து சிறுவர் சிறுமிகள் உற்சாகமாகக் கொண்டாடிக் கொண்டிருந்தார்கள். விடுதி பூட்டப்பட்டிருந்தது. இந்துபூருக்குச் சென்றுவிடலாமென்று எண்ணி காரை திருப்பினோம். ஆனால் ஓர் எண்ணம் வந்து விசாரித்தோம். வாட்ச்மேன் அருகேதான் இருக்கிறார் என்றார்கள். இரு இளைஞர்கள் வந்து கேட்டை தள்ளி வழிசெய்து கொடுத்தார்கள்.

பிள்ளையாருக்கு பெரிய பிளாஸ்டர் ஆஃப் பாரீஸ் சிலை வைத்து பாட்டுப் போட்டு ஊரே கொண்டாடிக்கொண்டிருந்தது. கிராமத்தெருவில் நானும் கிருஷ்ணனும் சிவாவும் செந்திலும் சென்று வாட்ச்மேன் வீட்டைக் கண்டுபிடித்தோம். அவரது அம்மா வந்து ஒரு பையனை அனுப்பி கூட்டிவரச்சொன்னார். சின்னப்பையன். இரு அறைகள் மொத்தம் முந்நூறு ரூபாய்க்கு வாடகைக்கு எடுத்தோம். அகலமான அறைகள். மூன்றுபேர் படுக்கும் கட்டில்கள். வெளியே போய் சாப்பிட்டோம். நானும் கிருஷ்ணனும் சிவாவும் பழங்கள். திரும்பி வந்து தூங்கப்போகிற நேரத்தில் இதை எழுதுகிறோம். கிட்டத்தட்ட நாநூறு கிலோமீட்டர் வந்துவிட்டிருக்கிறோம். நல்ல களைப்பு. அதிகாலையில் எழுந்திருக்கவேண்டும்.

- 4 -

பெனுகொண்டா

செப்டெம்பர் ஐந்தாம் தேதி லெபாக்ஷி விடுதியில் கண்விழித்தேன். காலை ஐந்து மணிக்கே கிருஷ்ணன் செல் ஃபோனில் அலார்ம் வைத்து எழுப்பிவிட்டார். அவர் அதிலெல்லாம் எப்போதுமே கச்சிதம். அதிலும் குறிப்பாக பிறர் அதன் மூலம் தொந்தரவுகொள்வார்கள் என்றால் இரட்டிப்பு. முந்தினநாள் இரவில் நல்ல இறுக்கம் இருந்தது. எனக்கு சரியாக தூக்கம் வரவில்லை. நானும் வசந்த குமாரும் கல்பற்றா நாராயணனும் செந்திலும் இறங்கி வெளியே சென்றோம். பையன்கள் பிள்ளையார் சிலை முன்னால் கூடிய கூட்டத்தின் நடுவே குத்துப் பாட்டுக்கு நடனம் ஆடினார்கள். சிறு பையன்கள் பூவிதழ் களை அள்ளி வீசினார்கள். அந்த மக்கள் அந்த நடனத்தை மிகவும் ரசிப்பது தெரிந்தது. ''ஆடுறவன் மனசில அவன் சிரஞ்சீவியா இருக்கான் ஜெயன்'' என்றார் வசந்தகுமார்.

நானும் வசந்தகுமாரும் கல்பற்றா நாராயணனும் ஒரே அறையில் படுத்துக் கொண்டோம். எப்போதோ கண்விழித்தபோது கடுமையான மழை கொட்டிக் கொண்டிருந்தது. இடியோசை வானில் உருண்டது. காலையில் நல்ல குளிர். சுருண்டு தூங்கும்போது கிருஷ்ணன் ''சார் மணி அஞ்சரை'' என்றார். மின்சாரம் இல்லாமல் நல்ல இருட்டு வேறு... எழுந்து என்ன செய்வது? ஆனால் அவரால் அமர முடியாது. இருட்டுக்குள் மெழுகுவத்தியுடன் அலைந்து கொண்டிருந்தார். நான் ஆறுமணிக்குத்தான் எழுந்தேன்.

ஆறரைக்கு மழை சற்றே விட்டுவிட்டது. விடுதிக்குப் பின் ஒரு டாங்கர் வண்டியில் தான் நீர். அதை பிடித்துக் கொண்டுவந்து குளியலறையில் வைத்துக் குளித்தோம். முந்தைய நாளே நான் என் பாண்ட் சட்டையை துவைத்து கூடத்தில் காயப்போட்டிருந்தேன். அவசரமாக அதை அணிந்துகொண்டிருந்தபோது வசந்தகுமார் மீண்டும் லெபாக்ஷி கோயிலுக்குச் செல்லலாம் என்று அழைத்தார். முந்தைய நாள் நல்ல புகைப்படங்களை எடுக்கவில்லை என்றார். நானும் அவரும் சென்று ஒரு டீக்கடையில் டீ குடித்தோம். இப்பகுதியில் டீ என்பது தமிழ் நாட்டு டீயின் அரைப்பங்குதான். அப்படியானால் கேரள டீக்கு நாலில் ஒரு பங்கு.

மீண்டும் லெபாக்ஷி கோயிலுக்குள் சென்று புகைப்படங்கள் எடுத்தோம். கல்கோபுரங்களுக்குள் மழை ஊறி சொட்டிக்கொண்டிருந்தது. சிற்பங்கள் ஈரமாக நின்றன. அங்கிருந்த சிற்பங்களில் கையில் கமண்டலத்துடன் நிற்கும் அகத்தியர் சிலையை புதிய ஆர்வத்துடன் மீண்டும் மீண்டும் பார்த்தேன். விரிந்த பிராகாரங்கள் இடிந்து சரிந்து வரலாற்றின் அமைதியுடன் வரலாற்றின் பாசி மணத்துடன் வரலாற்றின் ஈரத்துடன் நின்றுகொண்டிருந்தன. மூலவிக்ரஹம் அணிகள் இல்லாமல் கன்னங்கரிய மேனி துலங்க கையில் வாளுடன் விழித்து நோக்கி உக்கிரக் கோலத்தில் நின்றது.

லெபாக்ஷியில் காலையூணவை முடித்துவிட்டு ஈரமான சாலைவழியாக இந்துபூருக்குச் சென்றோம். ராயலசீமா வழக்கமாக வரண்டு வெந்தமண்ணும் கனலுமிழும் பாறைகளுமாகக் கிடக்கும். இந்த பருவத்தை நான் அனுபவம் மூலம் தேர்வுசெய்திருந்தேன். எங்கு பார்த்தாலும் பசுமை. விளைநிலங்களில் பளபளக்கும் மக்காச்சோள இலைகள். கொத்துமல்லி வயல்கள். கரும்புக்கொல்லைகள். சாலையோரம் செழித்து அடர்ந்த புல்விளிம்புகள்.

பெனுகொண்டா வழியாக தர்மாவரம் சென்று அங்கிருந்து அகோபிலம் சென்று இரவு தங்கவேண்டுமென்று திட்டம். லெபாக்ஷியில் கொஞ்சம் தமிழ்மண்ணின் சாயல் மிச்சமிருந்தது. அங்கிருந்து கிளம்பி தேசிய நெடுஞ்சாலையில் விரையும்போது பின்பக்கம் தமிழகம் மூழ்கி மறையும் உணர்வை அடைய முடிந்தது. விரிந்த நிலம். தொலைதூரத்தில் வளைந்து மண்ணைத்தொட்ட மேகமில்லாத வானம். புதுமழையின் பசுமைத்தீற்றிய மண். நட்டுவைத்த சிறிய குடைகள் போலவோ, பசுமையான குமிழ்கள் போலவோ நிற்கும் தொலைதூர மரங்கள். ராயலசீமாவின் பாறைகள் உடைந்த செங்கல்கப்பிகளும் சுண்ணாம்புக்கற்களும் கலந்து அள்ளிக் கொட்டியதுபோல இருக்கும். மலைகள் எல்லாமே செம்பழுப்பு நிறமான பாறைகளை குவித்தது போல. உடைந்து சரிந்து

கொண்டிருக்கும் பெரும்பாறைகளை மேலேற்றிய மொட்டைக் குன்றுகள். சரிவெங்கும் பாறைகளின் உடைசல்கள்.

காரின் வேகத்தில் தொடுவான்வரை விரிந்து பரந்த நிலம் மெல்லத் திரும்பிச் சுழன்றது.

பெனுகொண்டாவை மதியம் வந்தடைந்தோம். வழியெங்கும் ஆந்திர மாநிலத்தின் காட்சிகள். பொதுவாக ஆந்திராவின் இப்பகுதிதான் மிக வறண்டது. பாறைகள் மிகுந்திருப்பதனால் இதற்கு ராயலசீமா என்று பெயர் - ராய என்றால் பாறை. இங்கே நெடுநாட்களாக மேய்ச்சல் சமூகங்களே இருந்துவந்திருக்கின்றன. டெல்லி சுல்தான் அலாவுதீன் கில்ஜியின் தளகர்த்தரான மாலிக் காபூர் படையெடுத்துவந்து தென்னாட்டை சூறையாடி இங்கிருந்த அரசுகளை சிதைத்துவிட்டுச் சென்றபின் அரை நூற்றாண்டுக்காலம் இங்கே அராஜகம் நிலவியது. அந்த நிலையைக் கண்டு மனம் நொந்த வித்யாரண்ய ஸ்வாமிகள் அல்லது மாதவர் என்ற துறவி அப்பகுதியின் சிற்றரசர்களாக விளங்கிய ஹரிஹரர் புக்கர் என்ற இரு சகோதரர்களுக்கு ஒரு அரசை நிறுவும் ஊக்கத்தை அளித்தார். 1336ல் அவ்வாறு உருவான அரசே விஜயநகரம். இது இங்கிருந்து இருநூறு கிலோமீட்டர் தள்ளி கர்நாடக எல்லைக்குள் ஹோஸ்பேட் அருகே உள்ளது.

விஜயநகரம் பேரரசாக எழுந்து தென்னகத்தை முழுக்க தன் கட்டுப் பாட்டுக்குள் கொண்டுவந்து இருநூறு வருடம் நீடித்தது. தென்னகத்தில் இந்துப் பண்பாடும் கலையும் அழியாமல் பாதுகாத்தது விஜயநகரமே யாகும். விஜயநகரத்தின் செல்வாக்கால்தான் தஞ்சையிலும் செஞ்சியிலும் மதுரையிலும் நாயக்கர் ஆட்சி உருவானது. தென்னகத்தில் இன்றுள்ள பிரம்மாண்டமான கோயில்களில் பெரும் பகுதி நாயக்கர் காலகட்டத்தில் கட்டப்பட்டவையோ விரிவாக்கப் பட்டவையோ ஆகும். 1565 ல் தென்னகத்தில் இருந்த ஐந்து சுல்தான்கள் (பிரார், பிதார், அகமதுநகர், கோல்கொண்டா, பீஜப்பூர்) ஒன்றுசேர்ந்து விஜயநகரத்தை போரில் வென்றார்கள். தலைக்கோட்டை என்ற இடத்தில் நடந்த அந்தப் போரில் விஜயநகரப் படைகளில் இருந்த இஸ்லாமியப் படைப்பிரிவுகள் களத்தில் பிரிந்துசென்று எதிர்ப்பக்கம் சேர்ந்துகொண்டார்கள். போரை நடத்திய ராமராயர் என்ற பேரமைச்சர் கொல்லப்பட்டார். விஜயநகரம் அழிக்கப்பட்டது. ஆனால் அதன் பின்னரும் அதன் செல்வாக்கு தென்னகத்தில் மேலும் இருநூறு வருடம் நீடித்தது. விஜயநகர வம்சாவளியினரான மன்னர்கள் சிலர் ஆங்கில ஆட்சிக்காலம்வரைக்கும் இருந்தனர்.

மேய்ச்சல் சமூகத்தவர்களான தொட்டியரும் கம்பளத்தாரும் கொண்ட எழுச்சியும் அவர்கள் பேரரசுகளை உருவாக்கி தென்னாட்டையே

ஆண்டதும் இந்திய வரலாற்றின் பெரும் வியப்புகளில் ஒன்று. இந்த மண்ணைப் பார்த்துக்கொண்டு செல்லும்போது இந்த வெற்றுப் பொட்டலில் மனிதர்கள் வாழ்கிறார்களா என்ற ஐயமே கூட உருவாகும். நெடுந்தொலைவுக்கு கிராமங்களே கண்ணுக்குப் படுவதில்லை. ஆங்காங்கே விளைநிலங்கள். பெரிய உருளைப்பாறைகள் சிதறிக் கிடக்கும் நிலஎழுச்சிகள், நிலவீழ்ச்சிகள். ஆனால் உலகவரலாற்றில் பெரும்பாலும் வறண்டநிலத்து மக்களே பெரிய சாம்ராஜ்யங்களை உருவாக்கியிருக்கிறார்கள். மெசபடோமியர், எகிப்தியர், அரேபியர், மங்கோலியர். இந்திய வரலாற்றில்கூட ராஜபுத்திரர்களின் இடம் முக்கியமானது. இந்திய வரலாற்றில் மூன்றுமுறை மேய்ச்சல்நில மக்களின் எழுச்சி அடையாளப்படுத்தப்பட்டுள்ளது. சந்திரகுப்த மௌரியர் மேய்ச்சல் சாதியைச் சேர்ந்தவர். சிவாஜியின்கீழ் எழுந்த மராட்டியர்கள் மேய்ச்சல் மக்கள். நாயக்கர்கள் மேய்ச்சல் நிலத்தவர்.

நீர் நிறைந்த நிலத்து மரத்தைவிட பாலைநிலத்து மரம் உறுதியானது. கடுமையான வாழ்க்கைச் சூழல்களால் மேய்ச்சல் நிலமக்கள் எதற்கும் துணிந்தவர்களாக இருக்கிறார்கள். மேலும் இடம்பெயர்வதும் புதிய வாய்ப்புகளைத் தேடிச்செல்வதும் அவர்களுக்கு இயல்பாக உள்ளது. காவேரிக்கரை மக்கள் எங்கும் சென்று குடியேறியதாக வரலாறில்லை. ஆனால் தொட்டியரும் கம்பளத்தாரும் தமிழகத்தில் பெரும் சமூகங் களாக வந்து குடியேறினார்கள். இந்த அம்சம் வரலாற்றின் முக்கியமான ஒரு இயங்குவிசை என்று எனக்குப்படுகிறது.

விஜயநகர வரலாற்றில் முக்கியமான இடம் உடையது பெனு கொண்டா. விஜயநகரத்தின் இரண்டாம் தலைநகர் இது. பெனுகொண்டா என்றால் பெரிய குன்று என்று பொருள். கர்நூல்-பெங்களூர் சாலையில் அனந்தபூரிலிருந்து எழுபது கிலோமீட்டர் தொலைவில் உள்ளது. பெனுகொண்டா என்று சொல்லப்பட்ட பழையநகரம் அங்குள்ள பெரிய குன்றின் மீதிருக்கும் கோட்டைக்குள் இருந்தது. தலைக்கோட்டைபோரில் விஜயநகரம் அழிக்கப்பட்டபோது விஜயநகர மன்னர்கள் அங்கிருந்து பின்வாங்கி பெனுகொண்டாவுக்கு வந்து அதை தலைநகராகக் கொண்டு 1646 வரை ஆண்டிருக்கிறார்கள். இன்று அக்கோட்டை பல இடங்களில் இடிந்துகிடக்கிறது. மலைக் கோட்டைக்கு கீழே புதிய பெனுகொண்டா நகரம் உருவாகியிருக்கிறது.

பெனுகொண்டாவுக்கு ஞானகிரி என்றும் ஞானாத்ரி என்றும் பெயர் உண்டு. விஜயநகரத்தை ஸ்தாபித்த ஹரிஹரர், புக்கர் சகோதரர்களில் முதலாம் புக்கர் அவரது மகன் வீர விரூபண்ண உடையாரை பெனுகொண்டாவின் ஆளுநராக நியமித்ததைப்பற்றி பல கல்வெட்டு கள் கிடைக்கின்றன. இன்றைய பெனுகொண்டா கோட்டை வீர

விரூபண்ண உடையாரால் கட்டப்பட்டது. மலைமீதிருந்த காரணத்தால் இந்தக்கோட்டையை கடைசிவரை பிறரால் கைப்பற்ற முடியவில்லை. விஜயநகர ஆட்சி மேலும் பல தலைமுறைக்காலம் நீடித்தமைக்கு இந்தக் கோட்டையே காரணம். பெண்ணீருவிலிருந்து இந்தக் கோட்டைக்கு குடிநீர் கொண்டுவர ஒரு கால்வாயை புக்கராயர் உருவாக்கினார் என்று மைசூர் கல்லோடி கல்வெட்டு சொல்கிறது.

காரிலிருக்கும்போதே நம்மால் உடைந்து சிதிலமான கோட்டையைக் காணமுடிகிறது. கோட்டைக்குள் உடைசல்பாறைகளினாலான ஓங்கிய குன்று. கோட்டை சிதிலமான துண்டுகளாக பல இடங்களில் பரவிக்கிடக்கிறது. உள்ளே இப்போதும் இடிபாடுகளுக்குள் எழுந்த ஒரு சிற்றூர் உள்ளது. காரை மண்ணில் பாதி புதைந்த ஒரு கோயிலின் அருகே நிறுத்திவிட்டு சாலைவழியாகச் சென்றோம். அங்கே ஒரு மடம் இருக்கிறது. அதன் வலப்பக்கம் காகன்மகால் என்ற கட்டடம் உள்ளது. 1775 ல் கட்டப்பட்டது. அதன் அடித்தளமும் தூண்களும் இந்துகட்டடக் கலைப் பாணியிலும் மேல்முகடுகள் இஸ்லாமியக் கட்டடக்கலைப் பாணியிலும் அமைந்திருக்கிறது. ஹம்பியில் உள்ள தாமரைமகாலை இந்து நினைவுறுத்துகிறது. பொதுவாக சுதையை சிறப்பாக பயன் படுத்தும் தொழில்நுட்பம் இஸ்லாமியக் கட்டடக்கலை வழியாகவே இந்தியா வந்தது என்று தோன்றுகிறது.

பாபையா தர்கா என்ற மசூதி பெனுகொண்டா நகரின் முக்கியமான கட்டடமாகும். இஸ்லாமியசக்திகளுடன் ஓயாது போரிட்டுவந்த நிலையிலும்கூட இஸ்லாமிய வழிபாட்டுக்கு விஜயநகரப் பண்பாட்டில் முழு அனுமதி இருந்தது என்பதற்கான ஆதாரம் இது. அதேபோல இங்குள்ள முக்கியமான மசூதியான ஷெர் கான் மசூதியில் தெலுங்கில் அதை 1564ல் சதாசிவராயர் கட்டினார் என்ற கல்வெட்டு உள்ளது என்று தகவல். ஒரு பெரிய நெற் குதிர் - சுதையாலானது - தனியாக நின்றது. அதனருகே ஒரு கோபுரம் மட்டும் கோயில் எதுவும் இல்லாமல் நின்றது. யோகநரசிம்மசாமி கோயில், யோகராமர் கோயில், காசிவிஸ்வநாதர் கோயில் ஆகியவை இங்குள்ள கோயில்களில் முக்கியமானவை. யோகராமர் கோயிலில் ஒரே சேறு. தாவிச்சென்றால் உள்ளே கோயில் சரிந்து நின்றது. உள் பிராகாரங்கள் பூட்டியிருந்தன. காசி விஸ்வநாதர் கோயிலிலும் நடை சாத்திவிட்டிருந்தார்கள். வெளியே பிள்ளைகள் விளையாடிக்கொண்டிருந்தார்கள். சிவா ஒரு ஆலமரக்கிளையில் ஏறி அமர்ந்து ஆடினார். நல்ல வெயில். முந்தைய மழையின் நீராவி இருந்தமையால் வெக்கை.

திரும்பிவரும்வழியில் மடத்துப்பாதைக்குச் சென்று மேலேறி சிவன் கோயில் ஒன்றை அடைந்தோம். ராமேஸ்வரலிங்க சாமிகோயில் திறந்திருந்தது. காரணம் இரு இளைஞர்கள் உள்ளே அமர்ந்து ஏதோ

போட்டித்தேர்வுக்குப் படித்துக்கொண்டிருந்தார்கள். உள்ளே ஒரு நந்திசிலை மட்டும் மிக அழகாக இருந்தது. மிகத் தாழ்வான லிங்கத்தின் மீது தாராகலசத்தில் வில்வநீரின் வடிவில் காலம் துளித்துளியாகச் சொட்டிக்கொண்டிருந்தது. பிராகாரம் எங்கும் மழைநீர் தேங்கிக் கிடந்தது. 1406ல் வேமன யோகி என்பவர் கண்டெடுத்த இலிங்கம் அது என்று அங்கே எழுதியிருந்தது.

பெனுகொண்டா கிட்டத்தட்ட ஹம்பியை நினைவுறுத்துகிறது. எங்கும் இடிபாடுகளையே காணமுடிகிறது. கோட்டைகளின் இடிபாடுகள் பிற்பாடு வீடுகள் கட்ட பயன்படுத்தப்பட்டிருக்கலாம். செதுக்குத் தூண்கள் கற்பலகைகள் உடைந்த சிற்பங்கள் ஆகியவற்றை நினைக்காத இடங்களில் எல்லாம் காண முடிகிறது. பதினொன்று அடி உயரமுள்ள அனுமார்சிலை இங்கே புகழ்பெற்ற ஒன்று. இச்சிலை இருக்கும் பிரதான வாசலுக்கு யெர்ரமஞ்சி வாசல் என்று பெயர். சிவப்பாகவும் அழகாகவும் இருந்திருக்கலாம். இப்போது குப்பைகள் சாக்கடைகள் மண்டிய ஒரு தெரு. பள்ளிவிட்டு மதியச் சாப்பாட்டுக்காக சீருடை அணிந்த குழந்தைகள் சென்றுகொண்டிருந்தார்கள்.

- 5 -

தாட்பத்ரி

எங்கள் பயணத்திட்டத்தில் இந்த ஊரே இல்லை. பொதுவாக யாருக்குமே தெரிந்திராத ஊர் இது. வசந்தகுமார் அனந்தபூர் வந்தபோது இந்த ஊரைப்பற்றி அவர் அறிந்த அரைத்தெலுங்கில் விசாரித்து அறிந்து கொண்டார். பெனுகொண்டாவில் இருந்து அகோபிலம் போகும் வழி. சிங்கமாலா செரு என்ற பெரிய ஏரியைக் கண்டு வண்டியை நிறுத்தி வேடிக்கை பார்த்தோம். தாட்பத்ரியில் ஏதோ சிறு கோயில் இருக்கும் என்று எண்ணி சென்றோம். ஊருக்குள் சென்று கேட்டால்கூட கோயிலை பலருக்கும் தெரியவில்லை. சாக்கடை வழிந்த தெருக்கள் வழியாக கோயிலைச் சென்று அடைந்தோம்.

பெண்ணை ஆற்றின் கரையில் இருக்கிறது தாட்பத்ரி சிவன்கோயில். கன்னங்கரிய கடப்பைக் கல்லால் கட்டப் பட்டது. சிலைகள் தூண்கள் எல்லாமே இரும்பில் வடிக்கப்பட்டவை போல ஒளிவிட்டன. பதினாறாம் நாகர வம்சத்து அரசர்களால் உருவாக்கப்பட்ட கோயிலானது பதினாறாம் நூற்றாண்டில் அழிக்கப்பட்டது. பின்பு இக்கோயில் மீண்டும் எழவேயில்லை. கோயிலைச்சுற்றி உடைந்த சிற்பங்களின் பெரிய குவியல். அங்கே எங்கு பார்த்தாலும் எல்லா கல்லுமே சிற்பங்கள்தான். பெண்ணையின் கரையே உடைந்த சிற்பத்தூண்களால் ஆனது.

உடைந்த முகப்புக் கோபுரத்தின் பெரு வாசல் வழியாக உள்ளே சென்றால் பிரமிப்பூட்டும் கலை நுட்பம் கொண்ட

சிவன் கோவிலின் உடைந்த முகப்புக் கோபுரத்தின் பெரு வாசல்
புக்க ராமலிங்கேஸ்வர சுவாமி ஆலயம், தாட்பத்ரி

மூன்று சன்னிதிகள். மையசன்னிதியில் சிவலிங்கம். அக்கோயிலின் முன்பு இருக்கும் மண்டபம் தென்னிந்தியாவின் மிக அழகிய கலைச் சாதனைகளில் ஒன்று. சிற்பங்களின் கரிய தோற்றம் கிரீடம் சல்லடம் ஆரம் முதலியவற்றின் அமைப்பு ஆகியவை ஹளபீடு சிற்பங்களை நினைவுறுத்துகின்றன. ஆனால் ஹளபீடு சிற்பங்கள் மாக்கல்லில் செய்யப்பட்டவை. மிக மிக நுட்பமான செதுக்கல்கள் கொண்டவை. இச்சிலைகள் கடப்பைக் கல் ஆகையால் ஓர் எல்லைக்கு மேல் செதுக்கல்கள் சாத்தியமில்லை.

அந்தக்குறையை சிறுசிறு சிகரங்களை ஒன்றுமேல் ஒன்றாக அடுக்கி எழுப்பிய உயரமில்லாத கோபுரம் மூலமும் பல அடுக்குகள் கொண்ட தூண்கள் மூலமும் ஈடுகட்டியிருந்தார்கள். தூண்கள் பலவகையானவை. உருண்டை வடிவம் கொண்டவை. எண்பட்டை அறுபட்டை வடிவம் கொண்டவை. தூண்களின் மேல் அழகாகக் கவிந்த கபோதம். மலர்கள். கருவறை எண்கோண வடிவில் பல மடிப்புகள் கொண்டதாக ஒவ்வொரு கணுவிலும் நுண்ணிய சிற்பங்கள் செறிந்து இருந்தன. பிரம்மாண்டமான ஒரு கரிய நகை போல கண்ணிலேயே நிற்கிறது அந்தக் கோயில்.

கோயிலுக்கு முன்னால் பெண்ணையாற்றில் செந்நிறக் கலங்கல் நீர் சுழித்துச் சென்றது. குளிக்கவேண்டும் என்றார் தண்ணீர் பைத்தியமான சிவா. நானும் செந்திலும் சட்டைகளைக் கழற்றிவிட்டோம். நீர் சுத்தமாக இல்லை என்று கிருஷ்ணன் குளிக்க மறுத்துவிட்டார். நாங்கள்

இறங்கினோம். ஆனால் நம்ப முடியாத இழுப்பு. மணல்தான் ஆனால் நீருக்குள்ளும் ஏராளமான கற்சிலைகள் கிடந்தன. ஒருவரை ஒருவர் பற்றிக் கொண்டு குளித்தோம்.

சிவன்கோயிலுக்கு எதிரே சென்றால் பெருமாள் கோயில். அதுவும் இதேபாணியைச் சேர்ந்த கோயில்தான். கரிய கடப்பைக்கல்லால் ஆனது. முக மண்டபத்துச் சிலைகளில் மோஹினி சிலை பளபளக்கும் கன்னங்களுடன் கீழே முற்றத்து வெயிலை கனவுப்பார்வை பார்த்து நின்றது. ஒரு பயணியர் குழு அமர்ந்து விஷ்ணு சஹஸ்ரநாமத்தை ஒரே குரலில் சொல்லிக் கொண்டிருந்தார்கள்.

இருட்ட ஆரம்பித்திருந்தது. அகோபிலம் போகவேண்டுமானால் காட்டு வழியாகச் செல்ல வேண்டும். அருகே சிறிய தெருவில் எல்லா வீட்டு முற்றங்களிலும் பெண்கள் அமர்ந்து பலஹாரம் போட்டு அங்கேயே விற்றுக் கொண்டிருந்தார்கள். ''ஆந்திராவிலெ அட்டு ஃபிகர்னு ஒண்ணு கூட இல்லை சார்!'' என்றார் செந்தில். வசந்தகுமார் முகங்களை புகைப்படம் எடுப்பதில் அதீதமான ஆர்வம் கொண்டவர். பெண்கள் படம் எடுப்பதைக் கண்ட பின் காணாதது போல பாவனை காட்டினர். பெண்குழந்தைகள் வெட்கி நின்றன. கொஞ்சம் வளர்ந்த பெண்கள் ஓடிப்போனார்கள்

அதிரசம் மிளகாய் பஜ்ஜி சாப்பிட்டு டீ குடித்தோம். மூன்று அவுன்ஸ் டீ. திரும்பும் வழியில் ஒரு பாப்பா எங்கள் கார் கண்ணாடியில் அழகு பார்த்துக் கொண்டிருந்தது. வசந்தகுமார் காமிராவை எடுப்பதற்குள் தப்பி ஓடி ஒரு வீட்டுக்குள் சென்றுவிட்டது.

தாட்பத்ரியில் பிள்ளையார் பூஜைக்கான கலைநிகழ்ச்சிகளுக்கு அரங்கம் தயாராகிக் கொண்டிருந்தது. அங்கே நின்ற ஒரு தாத்தா வழி சொன்னார். வழியெல்லாம் சிறு சிறு கிராமங்களில் பிள்ளையார் சிலைகள் விஸர்ஜனத்துக்காக ஊர்வலமாகக் கொண்டுசெல்லப்பட்டன. ஹோலி போல உடம்பெல்லாம் சாயம் வீசப்பட்ட பையன்கள் தாளத்துக்கு துடித்து துடித்து நடனமிட்டார்கள். கோயில்கொண்டா வழியில் கிருஷ்ணன் கை நீட்டி சூடான சர்க்கரை பொங்கலை வாங்கிவிட்டார். நன்றாக இருந்தது.

- 6 -

அகோபிலம்

செப்டெம்பர் ஐந்தாம்தேதி இரவுதான் அகோபிலம் வந்துசேர்ந்தோம். தர்மாவரம் செல்லவேண்டுமென்ற திட்டமிருந்தாலும் அதை விட்டுவிட்டோம். ஊரை விட்டுக்கிளம்பி இரண்டுநாள் ஆகிறதென்றாலும் நெடுந்தூரம் வந்துவிட்டோமென்ற உணர்வு உருவாகி விட்டது. பலகாலமாக இப்படி பயணம் செய்துகொண்டே இருப்பதுபோல் ஒரு பிரமை. சாதாரணமாக நம் வாழ்க்கையில் ஒருநாளில் மனதில் நிற்கும் ஓர் அனுபவம் இருந்தால் அதிகம். பயணத்தில் அனுபவங்களால் நினைவுப்பெட்டகம் நிறைந்து வழிகிறது. காட்சிகள் மனதில் நிறைந்து கண்மூடும்போதெல்லாம் இமை களுக்குள் விரிகின்றன. பயணங்களில் நாம் பலமடங்கு வாழ்கிறோம். அனுபவங்களை வைத்துத்தான் நம் அகம் காலத்தை எடைபோடுகிறதென்பதனால் பயணங்களில் நம் காலம் மிகப்பெரிது. ஆகவே அது அதிவேகமாக ஓடிச்செல்கிறது.

அகோபிலம்தான் தென்னிந்தியாவின் மிகப்பெரிய வைணவ மடம். தமிழ்நாட்டிலிருந்து வைணவர்கள் இங்கே வந்துகொண்டே இருக்கிறார்கள். கல்யாணம், சிரார்த்தம் என்று. இதனால் இந்த ஊரில் நல்ல தமிழ் எங்கும் ஒலிக்கிறது. சென்னையில் இருந்து நேரடியாக வந்துசேர நாநூறு கிலோமீட்டர் ஆகும். இங்குள்ள காட்டுக்குள் கிட்டத்தட்ட ஏழு கிலோமீட்டர் தூரத்துக்குள் நரசிம்ம மூர்த்திக்கு கட்டப்பட்டுள்ள ஒன்பது

ஆலயங்கள்தான் இதன் சிறப்பாகும். அகோபிலம் என்றால் 'மாபெரும் குகைக்கோயில்' என்று பெயர். குன்றின் அடிவாரத்தில் பிரகலாதவத வரதரின் கோயில் உள்ளது.

தலவரலாற்றின்படி இந்த இடம் கருடகிரி (கருடாச்சலம், கருடசைலம்) என்று அழைக்கப்படுகிறது. கருடருக்கு காட்சி கொடுக்கவே ஒன்பது இடங்களில் பெருமாள் நரசிம்மராக தோற்றம் அளித்தாராம். இங்கே ஹிரணியனைக் கொன்றபின் பிரகலாதனுக்கு வரம்கொடுக்கும் தோற்றத்தில் பெருமாள் கோயில்கொண்டிருக்கிறார். இன்னொரு கதையின்படி இப்பகுதியில் வாழ்ந்தபழங்குடியினர் செஞ்சுக்கள். அவர்களின் குலத்தில் மகாலட்சுமி செஞ்சுலட்சுமியாக வந்து பிறந்தார். அவரை பெருமாள் அவரே வந்து கைப்பிடித்தார். செஞ்சுபழங்குடியினர் வழிபட்ட நரசிம்மர்கோயில்கள் இவை.

அகோபில மடம் ஆதிவண் சடகோப மகாதேசிகரால் நிறுவப்பட்டது. தமிழ்ப் பண்பாட்டின் முக்கியமான ஆளுமையான இவரைப்பற்றி இங்கே அதிகம்பேசப்படுவதில்லை. அவர் கன்னடர். இயற்பெயர் கிடாம்பி ஸ்ரீனிவாசாச்சார். கர்நாடக மாநிலத்தில் மேல்கோட்டே என்று அழைக்கப்படும் திருநாராயணபுரத்தில் 1398 ல் பிறந்தவர். அவரை அவரது தந்தை கிடாம்பி கேசவாச்சார் கல்விக்காக காஞ்சீபுரம் கடிகைக்கு அனுப்பினார். அவரது 20 வயதில் கனவில் ஒரு காவியணிந்த துறவி வந்து அகோபிலத்துக்குச் செல்லும்படி ஆணையிட்டிருக்கிறார். அகோபிலம் அப்போது யாருமே அறிந்திராத ஊர். அடர்ந்த காடுகளுக்குள் பழங்குடிகள் வாழ்ந்துவந்த இடம். இப்போதுகூட அது காடுதான். ஸ்ரீனிவாசாச்சார் தன் குருவான கடிகாசதம் அம்மாள் என்று அழைக்கப்பட்ட வரதவிஷ்ணுவாச்சாரிடம் ஆலோசனை கேட்க அவர் அந்தக் கனவை பின்பற்றும்படி ஆலோசனை சொன்னார். ஸ்ரீனிவாசாச்சார் கால்நடையாகவே பலகாலம் பயணம்செய்து பலரிடம் தொடர்ந்து விசாரித்து அகோபிலக் காட்டுக்கு வந்துசேர்ந்தார்.

ஸ்ரீனிவாசாச்சாரியார் அக்காட்டுக்குள் இருந்த குகைகளிலேயே தங்கி அங்குள்ள பழங்குடியினரை வைணவர்களாக்கி நரசிம்மருக்கான குகைக்கோயில்களை நிறுவினார். அப்பகுதியின் அதிபனாக இருந்த முகுந்தராயன் என்பவனுக்கும் கனவில் பெருமாளின் ஆணை வந்ததாம். அவன் வந்து ஸ்ரீனிவாசாச்சாரியாரை பணிந்தான். ஸ்ரீனிவாசாச்சாருக்கும் பெருமாளே கனவில்வந்து துறவு அளித்ததாக ஐதீகம். அகோபிலமடம் அவ்வாறாக உருவானது. ஆதிவண் சடகோப மகாதேசிகரே அதன் முதல் ஜீயர். இந்த சம்பவம் கீழே உள்ள நரசிம்மர் ஆலயத்தின் தூண்களில் சிற்பங்களாகச் செதுக்கப்பட்டுள்ளது. அகோபிலமடத்தின் கடவுள் நரசிம்மமூர்த்தியே. ஜீயருக்கு 'அழகிய சிங்கர்' என்ற பட்டம் உண்டு. இங்குள்ள மூலவர் 'மாலோலன்' (தீராத

விளையாட்டுப்பிள்ளை) என்று அழைக்கப்படுகிறார். முதல் ஜீயரின் கனவில்வந்த பெருமாள் மாலோல நரசிம்மரின் உற்சவ மூர்த்தியுடன் சென்று வீடுதோறும் சென்று அங்குள்ள மக்களுக்கு ஞான உபதேசமளிக்கும்படி ஆணையிட்டதாக ஐதீகம் சொல்கிறது. ஆகவே மாலோலரின் உற்சவமூர்த்தி அழகிய சிங்கரால் பயணங்களில் கொண்டு செல்லப்படுகிறது.

மாலோல மூர்த்தியுடன் முதல் ஜீயரான சடகோபர் ஆழ்வார்திருநகரிக்கு வந்ததாகவும் பாண்டியர் ஆட்சியில் சைவத்தால் கிட்டத்தட்ட ஒடுக்கப் பட்ட நிலையில் இருந்த வைணவத்தை தென் தமிழ்நாட்டில் புத்துயிர் பெறச்செய்ததாகவும் வரலாறு. இன்று தமிழ்நாட்டின் வைணவர்கள் நடுவே அதிக செல்வாக்குள்ள மடம் அகோபிலம்தான். குறிப்பாக தென்கலை சம்பிரதாயத்திற்கு அகோபிலமே தலைமை மடம் என்று சொல்கிறார்கள். தமிழ்நாட்டு வைணவ ஆலயங்களில் பெரும்பாலான வற்றில் அகோபில மடத்துக்கு நிர்வாகப்பங்கு ஐதீகப்படி அளிக்கப் பட்டுள்ளது. இப்போதைய ஜீயர் குருபரம்பரையில் நாற்பத்தைந் தாவதாக வருபவர். திருமங்கையாழ்வார் அகோபில நரசிம்மரைப்பற்றி ஒரு பதிகம் இயற்றியிருக்கிறார்.

அகோபிலமடத்தின் கோட்பாட்டின்படி பிரஸ்தான திரயம் எனப்படும் (உபநிடதங்கள், பிரம்மசூத்ரம், கீதை) மூலநூல்களுக்கு நிகராகவே நாலாயிர திவ்விய பிரபந்தமும் மூலநூல் ஆகும். அதற்கு சதுர்வேதங் களுக்கு நிகரான இடம் அளிக்கப்பட்டுள்ளது. நாலாயிரதிவ்ய பிரபந்தத்தில் கல்வியுடைய வைணவர்கள் இதனாலேயே ‘உபய வேதாந்த’ (நிகரான வேதமுள்ள) என்ற பட்டம் அளித்து குறிப்பிடப் படுகிறார்கள். அகோபிலமடம் ஆந்திராவிலிருந்தாலும் முழுக்க முழுக்க தூயதமிழ் மடம். தமிழுக்கும் வைணவ இலக்கியத்துக்கும் அதன் பங்களிப்பும் மிக அதிகம்.

அகோபிலத்தை ஒருநாளில் பார்த்து முடிப்பது கஷ்டம். குறைந்தது நான்குநாள் அங்கேயே தங்கி ஆட்டோ அல்லது ஜீப் வைத்துக்கொண்டு குறுகிய மலைப்பாதைகளில் பயணம்செய்துதான் அங்குள்ள எல்லா நரசிம்மர் ஆலயங்களையும் பார்க்க முடியும். நல்லமலா காட்டுக்குள் அக்கோயில்கள் சிதறிக்கிடக்கின்றன. சிலகோயில்கள் புராதனமான குகை ஆலயங்கள். அடர்ந்த காட்டுக்குள் ஒற்றையடிப்பாதை வழியாக நடந்துசென்று தரிசிக்கவேண்டிய கோயில்களும் சில உண்டு. எங்கள் பயணத்திட்டத்தில் நாங்கள் அகோபிலத்துக்கு ஒதுக்கியிருந்தது அரைநாள்தான். மேலும் எங்கள் வண்டி கனமானது. மலைப்பாதையில் அதைக் கொண்டுசெல்ல முடியாது. ஆகவே கீழே உள்ள கோயில் களைக் கண்டுவிட்டு திரும்பலாமென முடிவெடுத்தோம்.

அகோபிலம் வரும் வழியை விசாரித்து விசாரித்து வந்தோம். பலருக்கும் அகோபிலம் என்றால் தெரியவில்லை. இருநூறு கி.மீ. தூரத்துக்கு அப்பால் எவரும் ஊர்களை அறிந்திருக்கவில்லை. ஆகவே முதலில் கோயில்கொண்டா என்று விசாரித்தோம். அங்கிருந்து ஆலகட்டா. அங்கிருந்து அகோபிலம். ஆலகட்டாவை தாண்டியதும் கரிய கடலில் ஒளி உமிழும் விளக்குகளுடன் பிரம்மாண்டமான ஒரு கப்பல் நிற்பதுபோல எல் அண்ட் டி நிறுவனத்தின் சிமெண்ட் தொழிற்சாலை நின்றது. அதன் பின்னணியில் பிரம்மாண்டமான ஒரு ஏரிக்கரை போல பல கிலோமீட்டர் நீளத்துக்கு மண்விளிம்பு மலை போல தெரிந்தது. அந்த மலைச்சாலையில் ஏறி மேலே இருந்து நோக்கியபோது கீழே சிமெண்ட் ஆலை ஒரு பெரிய வைர நெக்லஸ் கிடப்பது போலிருந்தது.

அகோபிலம் வரும் வழி குறுங்காடுகளினால் ஆனது. ஆனால் முள்காடுகள் அல்ல. உயரம் குறைந்த மரங்களினால் ஆன செறிந்த பசுங்காடு. சாலைக்குக் குறுக்கே எலிகள் காரின் ஒளியில் சுடர் போல கடந்தோடின. நன்றாகவே இருட்டிவிட்டிருந்தது. இரவு பன்னிரண்டு மணிக்குத்தான் அகோபிலம் வந்தோம். மைய விடுதியில் இடமில்லை. வராந்தாவிலேயே தூங்கிக் கொண்டிருந்தார்கள். அவர்கள் சொன்னதன் பேரில் பின்பக்கம் இருந்த சத்திரத்துக்குப் போனோம். அங்கே எழுபது ரூபாய்க்கு பெரிய அறை கிடைத்தது. கட்டில் ஏதும் இல்லை. ஒரு மின்விசிறி மட்டும்தான்.

கையோடு கொண்டுவந்திருந்த பிளாஸ்டிக் விரிப்புகளை பரப்பி கொசுவத்தி கொளுத்திவைத்து வரிசையாக ஏழுபேரும் படுத்துக் கொண்டோம். வசந்தகுமார் என் அருகே படுத்து வெடியோசை போலக் குறட்டை விட்டார். சற்று நேரம் பொறுத்தபின் அவரை தொட்டேன். குறட்டை நின்றது. மீண்டும் சற்று நேரம் கழித்து பழைய குறட்டை. மூன்றுமுறை தொட்டேன். அதற்குள் நானும் தூங்கிவிட்டேன்.

காலையில் விழித்தபோது நல்ல மழை கொட்டிக் கொண்டிருந்தது. இரவில் அரைவிழிப்பு வந்தபோதெல்லாம் மழை கொட்டிக் கொண்டிருந்ததை நினைவு கூர்ந்தேன். நிற்காத மழை. மழையிலேயே இறங்கி பொதுவான கழிப்பிடம் போய் பல்தேய்த்துக் குளித்தோம். காபி சாப்பிட வசதியில்லை என்பதனால் தண்ணீரையே குடித்து சமாளித்தேன்.

முதல் கோயில் லட்சுமிநரசிம்மருக்கு. அதன் முகப்பில் கிருஷ்ண தேவராயர் நாட்டிய ஜெயஸ்தம்பம் உள்ளது. ஒற்றைக்கல்லால் ஆன பத்தாள் உயரமுள்ள வெற்றித்தூணில் பூச்சிற்ப வேலைகள் இருந்தன. பதினாறாம் நூற்றாண்டில் இஸ்லாமியப் படையெடுப்பால்

அழிக்கப்பட்ட இந்தக்கோயில் பின்னர் விஜயநகர மன்னர்களால் மீண்டும் எழுப்பப்பட்டது.

கோபுரத்தில் ஆயர் சிலைகள் மிக அழகான சுதை வடிவங்கள். உள்ளே பெரிய கோயில். முகமண்டபம் மணல்கல்லால் ஆனது. அதன் அதிட்டானத்தில் சுற்றும் உள்ள நூற்றுக் கணக்கான யானைச்சிலைகள் அற்புதமானவை. யானையின் உடல் அசைவின் எல்லா தோற்றங்களும் அங்கே இருந்தன. திரும்பும் யானை, எம்பி துதிக்கை நீட்டும் யானை. ஐயப்பட்டு தரையை பரிசோதனை செய்யும் யானை. முன்னால் நின்ற யானையை முட்டும் யானை...

''யானையும் குதிரையும்தான் அழகு'' என்றார் கல்பற்றா நாராயணன். ''குதிரை கம்பீரமானது. ஆனால் அது எப்போதும் மிருகம்தான். யானை சமயங்களில் ஒரு குழந்தை'' என்றேன். கோயில் மண்டபத்தில் உள்ள பல்வேறு நரசிம்மர் சிலைகள் மிகுந்த கலைநுட்பம் கொண்டவை. குறிப்பாக லட்சுமி தேவியை தாடையைத் தொட்டு கொஞ்சும் நரசிம்ம மூர்த்தியின் சிலையில் உள்ள இனிய புன்னகை மிகச்சிறந்த ஒரு கலையனுபவம். தூண்கள் ஒவ்வொன்றும் நாற்புறமும் பல்வேறு சிற்பங்கள்

லட்சுமிநரசிம்மர் கோயில்,
அஹோபிலம்

செஞ்சுலட்சுமியை காதலிக்கும்
சிருங்கார நரசிம்மர்

மேல் அஹோபிலம்,
அருவி பிளந்த பாறை

செறிந்தவை. கூப்பிய கைகளுடன் கிருஷ்ணதேவராயர் சிலையாக நின்றிருக்கிறார்.

உள்ளே சென்று நரசிம்மரையும் தேவியையும் தரிசனம் செய்துவிட்டு வெளிவந்து ஒரு ஓட்டலில் சாப்பிட்டோம். அகோபிலத்தின் மிகப்பெரிய சிக்கல் என்னவென்றால் அதைச்சுற்றி தன்னிச்சையாக உருவாகியிருக்கும் குடிசைப்பகுதிதான். அம்மக்கள் அங்கே வரும் பயணிகளை நம்பி வாழ அங்கே வந்து குடிசைகட்டியவர்கள். அவர்களின் பிழைப்பே அந்த இடத்தை வைத்துத்தான். ஆனால் எந்தவிதமான பொறுப்பும் இல்லாமல் அந்தச் சூழலை சீரழிக்கிறார்கள். பன்றிகள் சாக்கடைகள் மலம். ஓட்டல்களும் இவர்கள் நடத்துவதுதான். சுத்தமென்பதையே அறியாதவர்கள். ஓட்டலுக்குள் தான் இலைபோட்டு அதிலேயே கைகழுவும் தொட்டி.

மலைக்குமேல் மேலும் ஒன்பது குகைக்கோயில்கள் உள்ளன. வராக நரசிம்மர், மாலோல நரசிம்மர், யோகானந்த நரசிம்மர், பாவன நரசிம்மர், காராஞ்ச நரசிம்மர், சதரவத நரசிம்மர், பார்கவ நரசிம்மர், ஜ்வாலா நரசிம்மர் அகோபில நரசிம்மர். அங்கெல்லாம் சென்று பார்க்கவேண்டுமென்றால் எப்படியும் ஒரு வாரம் தேவைப்படும். பல கோயில்களுக்கு அடர்காட்டில் நடைப் பயணம் மட்டுமே செல்ல முடியும். காரில் மேலே உள்ள அகோபிலக் கோயிலுக்குச் சென்றோம். செறிந்த காடுவழியாகச் செல்லும் கரிய சாலையில் செல்வது உற்சாக மூட்டுவதாக இருந்தது. மழையின் ஈரக்காற்று வீசியது.

இங்கே மலை கடப்பைக்கற்களை அடுக்கி வானம் வரை வைத்தது போல பாளம் பாளமாகப் பிரிந்து செங்குத்தாக ஓங்கி நிற்கிறது. தலைமீது அப்படியே சரிந்துவிடும் என்ற அச்சம் தோன்றும். அந்த மலைக்கு மேலிருந்து கிட்டத்தட்ட மேகத்திலிருந்தே விழும் உயரத்துடன் இரு அருவிகள் கொட்டுகின்றன. அவ்வருவியால் வெட்டப்பட்டதுபோல பாறை பிளந்திருக்கிறது. பிளந்த பாறைக்குமேல் நரசிம்மர் கோயில் உள்ளது. கார் நிற்கும் இடத்திலிருந்து படிகளில் ஏறிச் செல்ல வேண்டும்.

இந்த நரசிம்மர் கோயில் உண்மையில் ஒரு குகைக்கு முன்னால் எழுப்பப்பட்டது. குகைதான் கருவறை. உள்ளே பொன்னாலான மூலவர் சிலையும் தேவி சிலையும் உற்சவர் சிலையும் உள்ளன. வெளிவரும் வழியில் செஞ்சுலட்சுமியின் சன்னிதி. செஞ்சுலட்சுமிக்கு இங்கே செஞ்சுக்களும் பிறரும் உயிர்ப்பலி இடுகிறார்கள். ஆனால் பலிபீடம் வெளியேதான் உள்ளது. ஆடுகளை உரித்துக் கொண்டிருந்தார்கள். செஞ்சுலட்சுமியை மணந்த நரசிம்மரே அவளுக்கு வேட்டையாடி ஊன் உணவை கொண்டுவந்து தந்தாராம்!

அகோபிலத்தில் இருந்து காலை பதினொரு மணிக்கு ஸ்ரீசைலம் நோக்கி கிளம்பினோம். வழியெல்லாம் ஆதிவண் சடகோபனை எண்ணிக் கொண்டிருந்தேன். இந்த இடத்தின் தனிமையும் இதைச்சூழ்ந்துள்ள அடர்ந்த காடும் குகைக்கோயில் அமைப்பும் விசித்திரமான பிரமிப்பு நிலை ஒன்றை உருவாக்குகின்றன. தன்னந்தனியாக அங்கே வந்து ஒரு இயக்கத்தை உருவாக்கிட ஆதிவண் சடகோப மகாதேசிகரின் நினைவு மனஎழுச்சி ஊட்டுகிறது. தமிழின் தெய்வீக ஆற்றலுக்கு ஆதாரமாகவே அவரது வாழ்வை எண்ணிக்கொண்டேன்.

- 7 -

மகாநந்தீஸ்வரம்

செப்டெம்பர் ஆறாம் தேதி அகோபிலத்திலிருந்து கிளம்பும்போது மணி பன்னிரண்டு. நேராக ஸ்ரீசைலம் வரவேண்டுமென்று திட்டம். மலைக்கோயிலுக்கு சென்றது உற்சாகமாக இருந்தது. ஓட்டுநர் ரஃபீக் பாபு புத்துணர்ச்சியுடன் ஓட்ட நேராக ஆலகட்லா வந்தோம். அங்கே சாலையோரமாக சிற்பங்கள் செய்யும் சிற்பசாலைகளில் கிளிக்கொஞ்சல்கள் போல உளிச்சத்தம். நந்தியால் வழியில் மகாநந்தீஸ்வரம் என்ற கோயில் இருப்பதாகச் சொன்னார்கள். ''மஞ்சி குடி'' என்றார் ஒருவர். ''புராண குடியா?'' என்று வசந்த குமார் இருமொழி கலப்பில் கேட்டார். ஆமாம் என்றார்கள்.

காடு அடர்ந்த குன்றுகள் சூழ நின்ற மகாநந்தீஸ்வரம் கண்களுக்கு இனிய கோயில். புதுப்பிக்கப்பட்டு சுத்தமாகப் பேணவும் படுகிறது. முக்கியமான ஒரு புனிதத்தலமாக இருக்க வேண்டும், கோயில் முன்னால் ஒரு கடைவீதி உருவாகியிருந்தது. வளையல் சோப்பு சீப்பு பூஜைப் பொருட்கள். மகாநந்தீஸ்வரம் காட்டுக்குள் தனியாக இருக்கும் கோயில். அங்குள்ள எல்லாமே கோயிலைச் சார்ந்தவைதான். ஏராளமான தங்கும்விடுதிகள். பெரும் பாலும் காலியாகவே கிடந்தன. சிவராத்திரி போன்ற விசேஷ நாட்களில் பெருங்கூட்டம் வரக்கூடும்.

நாங்கள் போனபோது மகாநந்தீஸ்வரத்தில் நடை சாத்தி விட்டார்கள். உள்ளே இருந்த கும்பல் வெளியே

மகாநந்தீஸ்வர ஆலயம் நுழைவாயில்

வந்துகொண்டிருந்தது. வெளியே வரும் வழியில் சென்று நின்று உள்ளே விடும்படி கெஞ்சிப்பார்த்தோம். பேரவில்லை. வெளியே இலவச உணவு பந்திகள் நடந்துகொண்டிருந்தன. அங்கே போய் சாப்பாடு கிடைக்குமா என்று கேட்டோம். தர்சன டிக்கெட் வேண்டும் என்றார் அங்கிருந்தவர். ஆகவே லட்டுமட்டும் வாங்கி சாப்பிட்டோம். திருப்பதி லட்டின் அதே சுவை.

கோயிலைச்சுற்றி பெரிய பிராகாரங்கள் கைவிடப்பட்ட நிலையில் உள்ளன. கோயிலுக்குள் பெரிய குளம் ஒன்று இருந்தது. அதிலிருந்து வந்த நீர் வெளியே உள்ள இன்னொரு குளத்தில் நிறைந்து வெளி யேறியது. நல்ல தெள்ளத்தெளிந்த நீல நீர். அதில் சில மொட்டைகள் நீராடினார்கள். பழமையான கோயில். அப்பகுதி முழுக்க செஞ்சு பழங்குடியினருக்குச் சொந்தமான இடம். அவர்களின் கோயிலாக இருக்கலாம். அவர்களில் சைவர்களும் அதிகம். ஸ்ரீசைலமே அவர்களின் கோயில்தான். விஜயநகர கால கட்டத்தில் மறு அமைப்பு செய்யப்பட்ட கோயில் இது.

கோயிலின் மையக்கோபுரம் வடக்கத்தி நகர பாணியில் அமைந்தது. வளைந்த விளிம்புகள் கொண்ட கூம்புபோல பலநூறு சிறு சிகர அடுக்கு கள். மேலே பெரிய கல்குவடு போல கலசம். வெளிக்கோபுரங்கள் தட்சிண பாணியிலான ஒட்டி நிமிர்ந்த கோபுரங்கள். உள்ளே போய் பார்க்க முடியவில்லை என்பது துரதிருஷ்டமே. மாலைதான் கோயில் திறக்கும் என்றார்கள். வேறு வழியில்லை. கிளம்பிவிட்டோம்.

வழியெங்கும் கால்வாய்கள். கிருஷ்ணாவின் பெரும் கால்வாயில் நீர் சுழித்துச் சென்றது. இறங்கி குளிக்கலாம் என்றார் செந்தில். கடுமையான

இழுப்பு இருக்கும் வேண்டாம் என்றார் சிவா. அரை மனதாக தாண்டிச் சென்றோம். சிவா குளிக்கலாமென்று சொன்ன கால்வாய் சிறு ஓடை. அது வேண்டாம் என்று நான் சொன்னேன்.

நந்தியால் நகருக்கு வெளியே வந்து ஓட்டலில் சாப்பிட்டோம். ஆந்திர உணவு. காரசாரமான சட்டினியும் மிளகாய்ப்பொடியும் தயிரும். ஆனால் சிறப்பாக இருந்தது என்று சொல்ல முடியாது. நந்தியாலுக்குள் நுழைந்தோம். நரசிம்ம ராவ் இடைத்தேர்தலுக்கு நின்று ஜெயித்த தொகுதி ஆதலால் அறிந்த பெயர். என்.டி.ராமராவ் அவரை எதிர்த்து வேட்பாளரை நிறுத்தவில்லை ஒரு தெலுங்கர் பிரதமராவதில் உள்ள பெருமிதம் காரணமாக.

எருமைகளாக வந்துகொண்டிருந்தன. நகரைத் தாண்டியதும் மேடேறிய போது ஒரு மாபெரும் ஏரி கண்ணெட்டிய தூரம் வரை நீலநீர் நெளிய பரந்து கிடந்தது. ''ஹாய்! எந்தா ஒரு சீன்!'' என்றார் கல்பற்றா. ஏரிக்கு அப்பால் அப்படியே கேரள நிலம் போல வாழைகளும் நெல்லும் செழித்த வயல்வெளி திறந்துகொண்டது. பச்சைதான் எங்கும் நிறம். வயல்கள் அப்படி விரிந்து வானில் தொடுவதை தஞ்சையில்கூட பார்க்க முடியாது. சில இடங்களில் நடவு நடந்து கொண்டிருந்தது. பல வயல்களில் பச்சை நாற்றுக்கள் காற்றிலாடின. வயல்கள் சிறு துண்டுகள் அல்ல. ஒவ்வொன்றும் நாலைந்து ஏக்கர் வரக்கூடியவை. இப்பகுதியில் அடிக்கடி கண்ணில் படும் வாகனமே டிராக்டர்தான்.

பின்னர் காடு வர ஆரம்பித்தது. மேய்ச்சல்காடு என்று சொல்ல வேண்டும். பசுமையான புல்வெளிக்குமேல் குட்டை மரங்கள் நிற்கும் காடு. ஒரு பெரிய ஏரி மேடு வந்தது. அது ஒரு பெரிய தடுப்பணையின் சுவர். அதன் மதகு வழியாக நீலநீர் பீரிட்டு கால்வாயில் சுழித்தோட பையன்கள் உற்சாகமாகக் குளித்துக்கொண்டிருந்தார்கள். காரை நிறுத்தி விட்டு இறங்கி மேலேறி அணையை பார்த்தோம். தடுப்பணை யானாலும் மிகப்பெரிய ஏரிபோன்ற நீர்தேக்கம். நீர்நீலம் வான் நீலத்தில் கலக்கும் கண்கூசும் ஒளி. அது கிருஷ்ணாவில் இருந்து ஒரு கிளை. தெலுங்கு கங்கா திட்டம். தெலுங்குகங்கா என்றே அழைக்கிறார்கள். கண்டலேறுவிற்கு செல்லும் பல கிளைகளில் ஒன்று. நாம் பணம் கொடுத்து கட்டிய ஓடை, அணை. சென்னைக்குதான் நீர் வந்து சேரவில்லை. அதைப்பற்றி நம் அரசியல்வாதிகள் வாயே திறப்பதில்லை.

பின்னர் இறங்கி கால்வாயில் நீந்தித் திளைத்துக் குளித்தோம். நீரின் அபார இழுப்புக்கு எதிராக நீந்த முயன்று பக்கவாட்டில் ஒதுங்குவதும், மேலேறி குதிப்பதுமாக. அகோபிலத்தில் மலையூற்று நீராக இருந்தாலும் கடின நீர். தலைமயிர் தேங்காய்நார் போல் இருந்தது. அலம்பிக்குளித்தபோது அப்படியே பட்டு போல் ஆகிவிட்டிருந்தது. அங்கே பிள்ளையார் ஊர்வலம் முடிந்து முகமெல்லாம் நிறங்களுடன்

குளிக்க வந்த ஒருவன் விருதுநகர் பையன். முறுக்குபோட்டு விற்பனை செய்ய அங்கிருந்து வந்து குடியேறியிருக்கிறார்.

''எந்தூரு அண்ணே'' என்று கூப்பிட்டு தமிழில் பேசினான். முகத்தில் அப்படி ஒரு பரவசம். சமீபத்தில் ஊருக்கு வந்தாயா என்றேன். அண்ணன் கல்யாணத்துக்காக போன வருஷம் வந்தேன். அண்ணி இப்போது கூடவேதான் இருக்கிறாள் என்றான். ஆந்திராவில் பிழைப்புக்காக குடியேறிய தமிழர்கள் இல்லாத இடமே இல்லை. குறிப்பாக செழிப்பான கிருஷ்ணா கரையோரம் முழுக்க தமிழர்கள். அவர்கள் இங்கே கிட்டத்தட்ட நிரந்தரமாக ஆகிவிட்டிருக்கிறார்கள். உள்ளூர் விழாக்கள் பண்டிகைகள் கொண்டாட்டங்கள் என்று கலந்து விட்டிருக்கிறார்கள்.

கால்வாய் ஓரமாகவே ஒரு சிவனடியார் டீக்கடை போட்டிருக்கிறார். கூடவே மனைவி உண்டு. பெரிய தலைமுடி சடாமகுடமாக திரண்டு நின்றது. பிளாஸ்க் டீதான். குளித்தபின் சூடான டீ இளைப்பாறும்படி இருந்தது. கிளம்பி குறுங்காடு வழியாக சென்று கொண்டிருந்தபோது சட்டென்று ஆயிரக்கணக்கான காளை, பசுக்களைப் பார்த்தோம். எல்லாமே கொம்பு குட்டையான வெள்ளைப்பசுக்கள். நந்தியால் இனம் என்றார்கள். அழகானவை. திடமாகவும் இருந்தன. பல இடங்களில் மேய்க்கப்பட்ட அவற்றை அங்கே திரட்டிக் கொண்டிருந்தார்கள். காலையில் மேலே ஏற்றி ஏரி நீரில் குளிப்பாட்டுவார்கள் போலும். அப்பகுதியே மாடுகளால் அழகாக ஆகிவிட்டது.

பலவிதமான அழகிய 'போஸ்'கள். அலட்சியமன்ன மோன நிலைகள். ''இங்கே இருக்கும்போதுதான் பசுக்கள் மகிழ்ச்சியாக இருக்கும் போலும். இது அவர்களின் மந்தை அல்லவா?'' என்றார் கல்பற்றா. கிட்டத்தட்ட பரவச நிலைக்கே சென்றுவிட்டார். மாடுகள் மழைக்கால நீரோடைகள் பள்ளத்துக்கு வருவது போல பல இடங்களில் இருந்தும் வந்துகொண்டே இருந்தன. கார் மேலும் சென்றபோது அதேபோல ஆடுகளை சில்லவார் சாதியினர் கொண்டு வந்து சேர்த்துக்0 கொண்டிருப்பதைக் கண்டோம்.

ஸ்ரீசைலம் செல்லும் பாதை சீக்கிரமே காடு அடர்ந்த மேடாக மாறியது. மூங்கிலால் கட்டப்பட்ட செஞ்சுக்களின் குடிசைகள் ஆங்காங்கே வந்தன. அவர்கள் சாலையோரம் நெருப்பு போட்டு குளிர் காய்ந்து கொண்டிருந்தார்கள். மேலே ஏறிச்சென்றோம். நீலவானம் கருநீலமாகி இருண்டது. காட்டின் முழக்கம். ஒரு இடத்தில் கார் ஒன்று நின்றது. இருவர் பாய்ந்து கைகாட்டினார்கள். காரில் ஸ்டெப்னியை கழற்ற ஸ்பானர் இல்லையாம். இறங்கி உதவினோம். ஸ்ரீசைலம் விட்டு வருபவர்கள். வழி 20 கி.மீ. தொலைவுக்கு மிக மோசமாக இருப்பதாகச் சொன்னார்கள். அது இரண்டாவது டயர் கிழிசலாம்.

இரவில் காட்டுச்சாலையில் குளிர்காற்று உடலை அணைத்து திணறச் செய்ய சென்று கொண்டே இருந்தோம். கதை சொல்லுங்கள் சார் என்றார் கிருஷ்ணன். நான் பிரேம்சந்த், ஸ்ரீகாந்த் வர்மா, சகி (எச்.எச்.மன்றோ) தி.ஜானகிராமன் என்று சிறுகதைகளைச் சொல்லிக் கொண்டே இருந்தேன். கிட்டத்தட்ட 20 கதைகள் சொல்லியிருப்பேன். வழியில் தோரணாலா என்ற இடத்தில் நிறுத்தி சாப்பிடச்சென்றார்கள். நான் கிருஷ்ணன் சிவா மூவரும் பழங்கள் சாப்பிட்டோம். பச்சை வாழைப்பழமும் பேரீச்சையும். நேற்றும் முன் தினமும் பச்சைவாழைப் பழமும் கொய்யாவும். தமிழகம் தாண்டினால் வாழைப்பழம் என்றாலே பச்சை வாழைதான்.

தோரணாலாவில் ஒரு பெரிய அய்யப்பன் கோயிலை புதிதாகக் கட்டியிருந்தார்கள். பச்சை சிவப்பு நீல நிறங்களில் கண்ணைப்பறித்தது. ஒற்றைக்கல்லாலான பதினெட்டுபடி. வெளியே ஒற்றைக்கல்லால் பதினாறடி உயரமான ஆஞ்சனேயர் சிலை. ஸ்ரீசைலம் கும்பல் ஒன்று அதனருகே இறங்கி புளிசாதம் தின்று கொண்டிருந்தது.

இரவு பத்துமணிக்கு ஸ்ரீசைலம் வந்தோம். வரும் வழியில் நல்ல அறைகள் உண்டு என்று வசந்தகுமார் சொல்லிக் கொண்டே வந்தார். ஆனால் கோயிலின் விடுதி நிர்வாக முகப்பிலேயே அறைகள் வாடகைக்கு இல்லை என்று பலகை மாட்டியிருந்தார்கள். சென்ற முறை நாங்கள் வந்தபோது 150 ரூபாய்க்கு மிகத்தரமான இரட்டை அறை கிருஷ்ணா நதிக்கரை ஓரமாகக் கிடைத்தது. இப்போது அறைகளே இல்லை. என்னசெய்யலாம் என்று விசாரித்தோம். எங்கும் அறை இல்லை. 'நீங்கள் என்ன சாதி?' என்றார் ஒருவர். ரெட்டி, கம்மா, காப்பு என எல்லா சாதிக்கும் தனித்தனியான விடுதிகள் இருக்கின்றனவாம்.

வசந்தகுமார் துணிந்து ரெட்டிகளின் விடுதிக்குச் சென்றார். சற்றே கிலியுடன் கூடச் சென்றோம். அங்கிருந்தவனிடம் பேசியபோது அவன் இவருக்கு தெலுங்கு தெரியாது என்று கண்டுகொண்டாலும் பொருட்படுத்தவில்லை. அறை கொடுத்துவிட்டான். இரண்டு அறைகள், முந்நூறு ரூபாய் வீதம் வாடகை. பரவாயில்லை ரக அறைகள்.

பதினொரு மணி. நான் என் மடிக்கணினியை எடுத்து அன்றைய அனுபவங்களை தட்டச்சு செய்ய ஆரம்பித்தேன்.

- 8 -

ஸ்ரீசைலம்

செப்டெம்பர் ஏழாம் தேதி காலையில் நாங்கள் ஸ்ரீ சைலம் ரெட்டி சத்திரத்தில் விழித்தெழுந்தோம். சுற்றிலும் மலைகள் பச்சைக்குவியல்களாகச் சூழ நின்ற காட்சியைக் கண்டபடி மொட்டை மாடியில் நின்று பல் தேய்த்தோம். இரவில் மழை விழுந்திருந்தமையால் இதமான குளிர். அதிகாலையிலேயே ஊர் விழித்தெழுந்துவிட்டிருந்தது.

ஆந்திராவில் அமைந்துள்ள நல்லமலா குன்றுவரிசையை சேடனின் பூதவுடலாகச் சொல்வார்கள். திருப்பதி அதன் தலை. அகோபிலம் உடல்மையம். ஸ்ரீசைலம் அதன் வால். கிருஷ்ணா நதிக்கரையில் கர்நூல் மாவட்டத்தில் உள்ளது இந்த கோயில்நகரம். அகோபிலத்தில் இருந்து மதியம் தான் எங்களால் கிளம்ப முடிந்தது. நந்தியால் வழியாக ஆறாம்தேதி இரவு ஸ்ரீசைலம் வந்து சேர்ந்தோம்.

சிவன் (மல்லிகார்ஜுன தேவர்) இங்கே கோயில் கொண்டிருக்கிறார். உமாதேவிக்கு பிரம்மாரம்பா என்று பெயர். இந்தியாவில் உள்ள ஜோதிர்லிங்கங்களில் ஒன்று இது. புராதனமான ஆலயம் இது என்பதற்கு மொழி யாதாரங்களே உள்ளன. ஸ்கந்தபுராணத்தில் இக்கோயிலைப் பற்றி ஸ்ரீசைலகாண்டம் என்ற ஒரு அத்தியாயமே உள்ளது. சைவநாயன்மார்கள் இத்தலத்தைப் பாடியிருக்கிறார்கள். ஆதிசங்கரர் இக்கோயிலுக்கு வந்ததாகவும் இங்குதான் அவர் சிவானந்தலஹரி நூலை பாடியதாகவும் சொல்லப் படுகிறது. ஸ்ரீசைலமலையைப்பற்றி மகாபாரதக்குறிப்பே

உள்ளது என்று இங்குள்ள அறிவிப்பு சொல்கிறது. தலவரலாற்றின்படி நந்திதேவர் தவம்செய்தபோது சிவனும் பார்வதியும் மல்லி கார்ஜுனராகவும் பிரம்மரம்பாவாகவும் தோன்றி அருள்புரிந்ததாகவும் சொல்லப்படுகிறது. ஸ்ரீசைலம் என்றால் அருள்மிகுமலை என்று பொருள். மகாபாரதத்தில் ஸ்ரீபர்வதம் என்று இது குறிப்பிடப் படுகிறதாம். புராதனமான கோயில் இஸ்லாமிய ஆட்சிக்காலத்தில் இடிக்கப்பட்டபின் இப்போதுள்ள கோயில் விஜயநகர ஆட்சிக் காலத்தில் கட்டப்பட்டது.

ஸ்ரீசைலத்துக்கு நாங்கள் ஏற்கெனவே வந்திருக்கிறோம். நான், சண்முகம், யுவன் சந்திரசேகர், வசந்தகுமார் நால்வரும். இருபது வருடங்களுக்கு முன்னர் வசந்தகுமார் அசைட் நிருபராக பணியாற்றிய காலத்தில் இங்கே வந்திருக்கிறார். அப்போது ஏராளமான ஆலமரங்கள் இங்கே இருந்ததாகவும் இடிந்த கல்மண்டபங்களில் அவை விழுதுகள் பிணைத்து இறுக்கி உடைத்து நின்றகாட்சி தன்னை பிரமிக்கச் செய்ததாகவும் சொன்னார். கிட்டத்தட்ட ஆங்கோர்வாட் ஆலயத்தை நினைவுபடுத்தியதாம். ஆனால் இப்போது விரிவாக பழுதுபார்க்கப் பட்ட கோயில் சுற்றுப்புறம் புதியதாக இருக்கிறது. சுத்தமாகவும்.

பொதுவாக இந்த அம்சத்தை கவனிக்கலாம். தென்னகத்தில் தமிழ்நாட்டில் மட்டுமே கோயில்கள் சரியாகப் பேணப்படாமல் இடிபாடுகளாகவும் தூசுக்குவைகளாகவும் காணப்படுகின்றன. தமிழ்நாட்டின் கோயில் சொத்துக்கள் முழுமையாகவே கடந்த ஐம்பதாண்டுக்காலத்தில் சூறையாடப்பட்டுவிட்டன. தமிழகக் கோயில்கள் எண்ணிக்கையில் அதிகம், பெரியவையும்கூட. அவற்றை முறையாக பராமரிக்குமளவுக்கு ஊழியர்கள் எங்கும் வேலைக்கு நியமிக்கப்படுவதில்லை. போதிய நிதி ஒதுக்கீடும் இருப்பதில்லை. மேலும் தமிழகத்தில் கோயிலுக்கு வருபவர்கள் கோயில் சுத்தம் பற்றிக் கவலையே படுவதில்லை.

ஸ்ரீசைலம் அசப்பில் ஒரு தமிழகக் கோயில்போலவே இருக்கிறது. கண்ணைமூடினால் தமிழ் காதில் விழுந்துகொண்டே இருக்கும். மேலும் இங்கே காணப்படும் சைவத்துறவிகளின் எண்ணிக்கை மிக அதிகம். சென்றமுறை நாங்கள் வந்தபோது சாலையெங்கும் துறவிகள் படுத்துக்கிடந்தார்கள். அவர்களில் பலர் தமிழில் பேசிக் கொண்டிருந்தார்கள். துறவியர்களுக்கு வழிவழியாகவே ஒரு சில கோயில்கள்தான் முக்கியமானவை. பல புகழ்பெற்ற கோயில்களுக்கு அவர்கள் வருவதில்லை. தமிழகத்தில் திருவண்ணாமலை அளவுக்கு துறவியர் வரும் கோயில் பிறிதில்லை. திருவண்ணாமலையில் இருந்து நேராக ஸ்ரீசைலம் வரவேண்டும் என்பது துறவின் நெறி. விதவிதமான துறவியரைப் பார்த்தோம். சடாமுடிதரித்தவர்கள், பித்துக்களை கொண்டவர்கள்...

ஸ்ரீ பிரமாரம்ப மல்லிகார்ஜுன கோயில், ஸ்ரீசைலம்

ஆந்திராவின் முக்கியமான புண்ணியதலங்களில் ஒன்றாகையால் இங்கே தினமும் பயணிகள் வந்து குவிகிறார்கள். ஆகவே கடைவீதிகள் அதிகம். இருந்தாலும் நெரிசலும் குப்பையும் இல்லாமல் மனம்கவரும் விதமாக இருக்கிறது. காலை எழுந்ததும் கோயிலுக்குச் சென்றோம். நல்ல கூட்டம். சிவாவும் செந்திலும் தரிசனம் செய்ய ஆசைப் பட்டார்கள். எனக்கு அப்படி பெரிய ஆர்வம் இல்லை. ஆகவே அவர்கள் இருவரையும் சிறப்புக் கட்டணத்தில் உள்ளே அனுப்பிவிட்டு நாங்கள் சுற்று நடைக்குச் சென்றோம்.

கோயிலின் சுவர்களில் உள்ள சிறிய புடைப்புச் சிற்பங்கள் மிக முக்கியமானவை. அன்றாட வாழ்க்கைக் காட்சிகள், கண்ணப்ப நாயனார் கதை போன்ற நிகழ்ச்சிகள், சிவபுராண நிகழ்ச்சிகள் ஆகிய வற்றுடன் ஏராளமான அன்றாட வாழ்க்கைச் சித்திரங்களும் இங்கே உள்ளன. சென்ற முறை இங்கே வந்தபோது வசந்த குமார் ஒரு படம் எடுத்தார். அது வில் எய்யும் வேட்டுவப்பெண்ணின் சிலை. அதுதான் ராஜ் கௌதமனின் 'பாட்டும் தொகையும் தமிழ் பண்பாட்டு உருவாக்கமும்' என்ற நூலின் அட்டையாக உள்ளது. செஞ்சு பெண்ணாக இருக்க வேண்டும்.

இக்கோயிலின் முக்கியமான சிறப்பம்சங்களில் ஒன்று இங்கே பக்தர்களே கருவறைக்குள் சென்று தாங்களே லிங்கத்தைத் தொட்டு

வழிபடலாம் என்பதுதான். தமிழகத்திலோ கேரளத்திலோ எந்த ஆலயத்திலும் இந்த முறை இல்லை. தொன்மையான வழிபாட்டுமுறை இதுவாக இருக்கலாம். மூர்த்தியை பக்தரிடமிருந்து தள்ளி வைப்ப தென்பது தாந்த்ரீக முறையில் இருந்து ஆகமமுறைக்கு வந்த வழக்கம் என்றுபடுகிறது. மேலும் இது செஞ்சுக்களின் புராதன கோயில். அவர்களை லிங்கத்திலிருந்து பிரிக்க முடியாதல்லவா?

கோயிலைச் சுற்றி செஞ்சுக்களின் குடிசைகள். பெரும்பாலான குடிசைகள் மரப்பட்டைத்தட்டிகள் மீது மண்பூசி உருவான சுவர்களினால் ஆனவை. மேலே புல்கூரை. வசந்தகுமார் முகங்களை படமெடுத்தார். பல இடங்களில் ஸ்ரீசைலம் கோயிலுக்கு முந்திய புராதனமான மண்டபங்கள் உள்ளன. அவை எந்தவகையான சிற்பத் தேர்ச்சியும் இல்லாமல் கல்லடுக்கிக் கட்டப்பட்டவை. இடிந்து சரிந்தவை. பல மண்டபங்களை துறவிகள் எடுத்துக் கொண்டிருக் கிறார்கள். பெரிய ஆலமர நிழலுக்கு கீழே குளிர்ந்த கல்மண்டபங்களில் துறவிகள் தங்கியிருக்கும் காவிக்கொடிகள் பறந்துகொண்டிருப்பதைக் கண்டேன். அவர்கள் இரைதேட கோயில் பக்கமாகச் சென்றிருப் பார்கள்.

ஒரு துறவி மடத்துக்கு கீழே அமர்ந்து துறவைப்பற்றிப் பேசிக் கொண்டோம். துறவு என்றால் சுதந்திரம். உறவுகள் காமம் எதிர்காலபயம் ஆகிய அனைத்தில் இருந்தும் முழுமையான விடுதலை. விடுதலை பெற்றவனாலேயே மெய்யை அறிய முடியும் என்பது நம்முடைய மரபு. வசந்தகுமார் 20 வருடம் முன்பு கண்ட மண்டபத்தை கண்டுபிடித்தோம். அந்த ஆலமரம் மண்டபத்தை கற்குவியலாகச் சரித்து ஒரு பக்க சுவரை அப்படியே அள்ளி தன்னுள் வைத்து மேலெழுந்துவிட்டிருந்தது. என்ன இருந்தாலும் அது உயிர். மண்ணில் உள்ள எந்த ஜடத்தை விடவும் பிராணன் வலிமை மிக்கது என்று யோகம் சொல்கிறது.

ஸ்ரீசைலத்தின் அருகே பெருநதியாகிய கிருஷ்ணா நீலநீர் பெருகிச் செல்கிறது. ஸ்ரீசைலத்தில் இருந்து கிருஷ்ணாவை நோக்கி இறங்குவதற்கு கயிற்றுவண்டி வசதி உள்ளது. கீழே சென்று கிருஷ்ணாவின் நீரில் படகில் பயணம் செய்யலாம் என்று எண்ணினோம். ஆனால் கடும் வெயில். கிருஷ்ணாவை சுற்றித்தான் நல்கொண்டா செல்லவேண்டும். 12 மணிக்கு எங்கள் ரெட்டி சத்திரத்தில் இலவச உணவு உண்டு. அதை உண்டுவிட்டு கிளம்ப வேண்டும் என்று காத்திருக்கிறோம் இப்போது.

- 9 -

நல்கொண்டா

செப்டெம்பர் ஏழாம்தேதி மதியம் சாப்பிட்டபின் ஸ்ரீசைலத்தில் இருந்து கிளம்பினோம். ஒரு ஊரில் மாலையையும் அதிகாலையையும் கழித்தால் அந்த ஊரில் குறைந்தபட்ச வாழ்க்கை ஒன்றைக் கழித்திருக்கிறோம் என்று பொருள். அதிலும் குறிப்பாக கோயில்நகரங்கள் காலையில்தான் முழுமையுடன் இருக்கின்றன. பெரும் கோயில்களுக்கே உரித்தான பூஜைப்பொருள் கடை வரிசைகள் அதிகாலையிலேயே ஒளியுடனும் பக்திப் பாடல் இசையுடனும் விழித்துக் கொள்கின்றன. குளித்து விட்டு தெருவுக்கு வரும்போது நகரமே புதிதாகப் பிறந்தது போலிருக்கும். பக்தி இல்லாதவருக்குக் கூட புனிதத் தலங்கள் மிக ஆழமான மன எழுச்சியை அளிக்கக் கூடியவை.

ஏனென்றால் தெருவில் எதிர்ப்படும் முகங்கள்தான். அன்றாட லௌகீக வாழ்க்கையை உதிர்த்துவிட்டு அங்கே அப்போது புதிதாக விழித்தெழுந்தவை போல ஒருவகை புத்துணர்ச்சி அவற்றில் பெருகித் ததும்புவதைக் காணலாம். குறிப்பாகப் பெண்களின் முகங்கள், அவை ஜொலித்துக்கொண்டிருக்கும். இந்தியப் பெண்களை இத்தகைய கோயில் நகரங்களிலன்றி வேறெங்கும் அக அழகு முழுமையாக வெளிப்படும் முகங்களுடன் காண முடியாது. அவர்களை கட்டிவைத்திருந்த தளைகள் அனைத்துமே அங்கே சிதறிவிடுகின்றன. அசைவுகளில்

சுதந்திரம் உருவாக்கும் எல்லா நளினங்களும் கைகூடுகின்றன. அந்தச் சூழலின் புத்துணர்ச்சி நம்மிலும் ஊறுகிறது.

அதிலும் ஸ்ரீசைலம் நகரில் மிக அழகான பெண்களை பார்த்தபடியே இருந்தோம். எங்கும் எப்போதும் அழகிகள் எதிர்ப்பட்டுக்கொண்டிருப்பது ஒரு முழுமையான வாழ்க்கைச் சித்திரத்தை அளிக்கிறது. பெண்மையின் அழகு என்பது ஆண் மனத்துக்கு அவனுக்கு அளிக்கப்பட்டுள்ள ஆதி உவகை ஒன்றை அளிப்பது. சிறுமி முதல் முதுமை வரை பெண்களின் பல்வேறு பரிணாம நிலைகளைக் காண்பது பிரபஞ்சலீலை யொன்றுக்குச் சாட்சியாக இருப்பது போன்றது.

சாப்பிடச்சென்ற போது ரெட்டிகளின் சத்திரத்தில் வைத்திருந்த கணபதி பூஜைக்கு ஆடுவதற்காக வந்த லம்பாடிப்பெண்களைக் கண்டோம். பெரிய வெண்ணிற வளையல்களை தோள் வரை அடுக்கி காதில் அலுமினிய தொங்கட்டான்களும் நெற்றிச்சுட்டியும் அணிந்து கண்ணாடி பதித்த ஜாக்கெட்டும் பறக்கும் பாலிஸ்டர் பாவாடையுமாக அவர்கள் சுழன்று சுழன்று ஆடியது நளினமாக இருந்தது. அவர்கள் தேர்ந்த நடனக்காரிகளைப் போல ஆடினார்கள். அசைவுகளில் சினிமா நடனத்தின் பாதிப்பும் இல்லை. அதிக ஆயாசம் தராத சீரான ஒத்திசைவுள்ள நடனம். நடுவே சிரிப்பு, உற்சாகக் கூக்குரல். அவர்களின் புராதனமான வாழ்க்கைமுறையில் அவர்கள் அடையும் ஆனந்தம் ஒவ்வொரு முகபாவனையிலும் வெளிப்பட்டது. எல்லா வயதினரிலும் லம்பாடிப் பெண்கள் இருந்தார்கள். இரண்டு பெண்கள் பேரழகிகள்.

பெரிய பந்தி. கரிய கல்போட்ட மேஜையில் தையல் இலைகள் விரித்து சோறும் சாம்பாரும் காரச்சட்டினியும் மோரும் பரிமாறினார்கள். நல்ல உணவுதான். காரம் தொண்டையை சுகமாக எரித்தது. பரிமாறிய ஒரு பெண்கூட சற்றே ஆண்மை கலந்த அழகுடன் இருந்தார். சாப்பாடு இலவசம். அப்படிப் பார்த்தால் அறைவாடகை மிகமிகக் குறைவுதான். நாங்கள் சாப்பிட்டு முடித்து வெளியே வந்தபோது லம்பாடிப்பெண்கள் சாப்பிட வந்தார்கள்.

இந்த மிகப்பிரம்மாண்டமான சத்திரமே ஏராளமான நன்கொடை களினால் கட்டியிருக்கிறார்கள். நன்கொடை கொடுத்த பலநூறு ரெட்டிகளின் புகைப்படங்கள் மாட்டப்பட்டிருக்கின்றன. பலர் இறந்து விட்டவர்கள். அவர்களுக்கு மாலை அணிவிக்கப்பட்டிருந்தது. ஒரு இறந்துபோன சிறுவனின் கண்மூடிய புகைப்படம்கூட இருந்தது. அகால மரணமடைந்த சிறுவர் சிறுமிகள் நினைவாகவே கணிசமான நன்கொடைகள் அளிக்கப்பட்டிருந்தன. கல்யாணத் தம்பதிகளின் நன்கொடைகளும் உண்டு. அறுபது எழுபது வயதான ஜோடிகளின்

படங்களும் நிறைய இருந்தன. ஒவ்வொரு அறையிலும் அந்த அறையைக் கட்ட உதவிய ரெட்டிகளின் படங்கள் இருந்தன.

இந்திய சாதியமைப்பைப் பற்றிய மனநிலைகளை இன்னும் அறிவியல் பூர்வமாக ஆராய வேண்டிய காலம் வந்துவிட்டது என்ற எண்ணம் எனக்கு உண்டு. அதை பிராமணர் உருவாக்கிய சதிவேலை என்று நம்பும் வெறுப்புவாத மூடநம்பிக்கையை படித்தவர்களாவது கைவிட வேண்டும். அது இந்தியப்பழங்குடி வாழ்க்கையில் இருந்து பலநூற்றாண்டுகளாக உருவாகி வந்த ஒரு பேரமைப்பு. முரண்பாடுகள் பரஸ்பர ஆதிக்கம் ஆகியவை ஒருபக்கம். அது எந்த சமூகப் பிரிவினையும் தவிர்க்க முடியாமல் உருவாக்கும் விளைவுதான். ஆனால் மறுபக்கம் கலைகளையும் தொழில்களையும் சார்ந்த உள்ளார்ந்த ஞானத்தையும் அனுபவ அறிவையும் பாரம்பரியமாகக் கொண்டு செல்லுதல்; போரிடும் தன்மை, வணிகபுத்தி போன்ற பிறவிப் பண்புகளை முன்னெடுத்துச் செல்லுதல், ஒருங்கிணைந்து பெரும் அமைப்புகளில் உருவாக்குவதற்கானவை இயல்பான பொது அடையாள மாக அமைதல் என ஜாதிக்கு பல சாதக அம்சங்களும் உண்டு.

சாதிக்குள் இருந்தபடி சாதியை உருவாக்கியமைக்காக பிராமணனை வைதுகொண்டிருக்கும் அபத்தத்தை விட்டு விலகி சாதியின் பேதபுத்தியை ஜனநாயகப்படுத்துவதும் சாதியின் சாதக அம்சங்களை பயன்படுத்த முடியுமா என்று பார்ப்பதுமே இப்போது செய்யக் கூடியதாக இருக்கும். நம்முடைய மரபில் சாதி மாபெரும் கூட்டு முயற்சிகள் அறக்காரியங்கள் ஆகியவற்றுக்கான அடிப்படை சக்தியாகவும் இருந்துள்ளது.

நல்கொண்டா சாலையை எதிர்ப்படுபவர்களிடமெல்லாம் விசாரித்தபடி சென்றோம். கடுமையான காடு. பெரும் மலையிறக்கம். இருபக்கமும் பாளம் பாளமாக அடுக்கப்பட்ட பாறைகள் எழுந்து திசைகளை மறைத்தன. கிருஷ்ணாவின் மாபெரும் நீர் விரிவை மேலே இருந்து பார்த்தபடி இறங்கிச் சென்றோம். நீர் மின்சாரத்துக்கான அணைக்கு முன் நீல நீர் அலைபாய மெல்ல நெளிந்து சென்றது நதி. குளிக்கலாமா என்றேன். இல்லை நேரமில்லை என்றார் கமாண்டர் கிருஷ்ணன். ஒரு ஐந்து நிமிடம், கால்களை மட்டும் நனைத்துவிட்டு வருகிறோம் என்று கெஞ்சினோம். கிருஷ்ணாவை பார்த்துவிட்டு குளிக்காமல் போவதாவது. நேராக நதி நோக்கி ஓடும்போதே ‘கமாண்டர் கிடக்கிறார், குளிப்போம்’ என்றார் செந்தில். நானும் சிவாவும் செந்திலும் நேராக சட்டையை கழற்றிவிட்டு நீரில் பாய்ந்தோம். நீந்தித் திளைத்து அரைமணி நேரம் குளித்தபின்புதான் மேலேறினோம்.

மேலேறி சென்றுகொண்டே ஸ்ரீசைலத்தை நெருங்கும்போதே தென்பட ஆரம்பித்த பசுமை மேலும் மேலும் அழுத்தம் பெற்றபடியே

வந்தது. கிருஷ்ணா தென்னிந்தியாவின் மாபெரும் நதி. வற்றாத நீர்வளம் கொண்டது. ஆந்திராவிற்கு இயற்கையின் ஆசி அது. ஆந்திராவின் கிருஷ்ணா படுகை தென்னகத்தின் நெற்களஞ்சியம். நம்முடைய தஞ்சைப்படுகைபோல மும்மடங்கு பெரியது. கண்ணுக்கு எட்டும் தூரம் வரைக்கும் பச்சைக்கடல் போல நெல்வயல்கள் அலையடித்தன. ராயலசீமாவின் வறட்சியைக் கண்ட கண்கள் அந்தப் பசுமையை தாகம் தீராமல் அள்ளிப்பருகின. இந்தப் பசுமைநிலத்து மக்களை ராயலசீமாவின் மக்கள்தான் ஆண்டார்கள் என்ற வரலாற்றையும் எண்ணிக் கொண்டேன்.

போகும் வழியெங்கும் நிறைய லம்பாடிகள் கண்ணுக்குப் பட்டார்கள். இப்பகுதியில் சென்ற ஐம்பது வருடங்களில் நாடோடிகளான லம்பாடிகள் மெல்லமெல்ல நிலையாக தங்கி மாடு மேய்க்கும் தொழிலில் ஊன்றிவிட்டிருக்கிறார்கள். காரணம் மேய்ச்சல் நில மக்கள் புதிய பாசன வசதி காரணமாக வேளாண் சமூகங்களாக மாறி விட்டிருக்கிறார்கள். லம்பாடிகளின் பூர்விகம் ராஜஸ்தான். ராஜஸ்தானிய பாணி உடைகள் வாழ்க்கைமுறைகள் கொண்டவர்கள். அவற்றை அவர்கள் மாற்றிக் கொள்ளவில்லை. சாலையில் விரைகையில் ஒரு லம்பாடி இளம்பெண் சாலையோரம் சிறுநீர் கழிக்க அமர்ந்தபோது மெல்லிய பாவாடை காற்றில் அப்படியே முழுமையாக தூக்க இடுப்புக்குக் கீழே நிர்வாணமாக நின்று ''கூ'' என்று கூவியபடி ஓடினாள். சத்தம்தான் நான் கேட்டேன். செந்திலும் ரஃபீகும் அதிர்ந்து போய் மிரள மிரள விழித்தார்கள். ''என்ன சார் இது!'' என்றார் செந்தில் பீதியுடன்.

தேவரலகொண்டா என்ற ஊரில் மலை மீது பிரம்மாண்டமான ஒரு கோட்டை தெரிந்தது. பல குன்றுகளை உள்ளடக்கி அது வளைந்து சென்றது. அந்தியில் அதன் மீது துயரமான ஒரு மௌனம். அங்கே மனித நடமாட்டமே இருக்காது. வரலாறு என்பது மரணத்தின் பரப்பும் கூட. எளிய மக்கள் அதை அஞ்சுகிறார்கள். உயரமான குன்றுகள். நாயைக்கண்டு மரத்தில் ஏறிக்கொள்வதுபோலத்தான் அக்கால ஆட்சியாளர்கள் குன்றுகளில் ஏறிக் கொண்டிருக்கிறார்கள்.

ராயலசீமாவைப்போலவே பிரம்மாண்டமான உருளைப்பாறைகள் சிதறிக்கிடக்கும் நிலக்காட்சி வரத்தொடங்கியது. இருட்டிக் கொண்டே வந்தது. நல்கொண்டாவிலேயே தங்கிவிடவேண்டியதுதான் என்று எண்ணிக் கொண்டோம். திட்டத்தில் ஒருநாள் தாமதமாகியபடியே செல்கிறது. சாலை சிறப்பாக இருந்தது. ஆந்திராவில் சந்திரபாபு நாயுடு செய்த சாதனைகளில் முக்கியமானது கிராமங்களில் கூட உள்கட்டமைப்பு வசதிகளை உருவாக்கியது. ஆந்திரா தன் நெடுங்கால தூக்கத்தில் இருந்து விழித்துக்கொண்டது அவர் காலகட்டத்தில்

செய்யப்பட்ட சிறப்பான அடிப்படை பணிகளினால்தான். அவரை ஆந்திராவின் ஆங்கில நாளிதழ்கள் தொடர்ச்சியான எதிர்பிரசாரம் மூலம் வீழ்த்திவிட்டன. ஆனால் ஆந்திராவில் அவரது பணிகளை எவரும் காணலாம். அவரை வீழ்த்திவிட்டு ஆட்சிக்கு வந்த ராஜசேகர ரெட்டியின் காங்கிரஸ் அரசு முற்றிலும் செயலற்ற ஆட்சி ஒன்றை அங்கே நடத்திக் கொண்டிருக்கிறது என்று அறியமுடிந்தது.

தேவரலகொண்டாவில் ஒரு பாறைமேல் குகைக்கோயில் ஒன்றைக் கண்டு ஏறிச்சென்றோம். நான்குபக்கமும் பாறைமலைகள் சூழ்ந்த அபூர்வமான நிலம். பெரும்பாறை ஒன்று ஏழெட்டு சிறு பாறைகள் மேல் அமர்ந்திருக்கிறது. அதனடியில் குகைபோல உருவாக்கி காளியை பிரதிஷ்டை செய்திருக்கிறார்கள். ஒரு முக்கியமான புண்ணிய தலம் உருவாகி வருகிறது. அபாரமான தனிமையும் அமைதியும் கொண்ட இடம். அருகே நீர் உள்ள குளம். அங்கேயே இரவு தங்கினால் என்ன என்றார் கிருஷ்ணன். நானும் ஏற்றேன். ஆனால் சிவா தயங்கிவிட்டார்.

இரவில் நல்கொண்டா வந்துசேர்ந்தோம். நல்கொண்டா பழங் காலத்தில் நீலகிரி என்றழைக்கப்பட்ட ஊர். தெலுங்கானாவின் தெற்குப் பகுதியில் உள்ள முக்கியமான நகரம் இது. கிருஷ்ணா பெக்காவாடு, கனகல், டிண்டி, லாயர், ஹாலியா என்று ஆறு நதிகள் இந்த மாவட்டத்தில் ஓடுவதனால் மிகவும் வளம் கொழிக்கும் மாவட்டம். இரவு விடுதியில் அறை எடுத்தபின் நான் இணைய மையம் சென்று எழுதியவற்றை அனுப்ப முயன்றேன். இணையத்தின் வேகம் தொண்ணூறுகளை நினைவுறுத்தியது. இரண்டுமணிநேர உழைப்பு அதற்கு தேவைப்பட்டது.

நகரத்தில் பல இடங்களில் மார்பளவுச் சிலையாக என்.டி. ராமராவ் தென்பட்டார். ராமராவ் ஆந்திராவில் இன்றும் வாழும் வரலாற்று மனிதர். அவரது படங்களின் பாடல்காட்சிகள்தான் ஓட்டல்களில் எல்லாம் ஓடிக் கொண்டிருந்தன. ராமராவ் பெற்ற வெற்றிக்கு அவரது படங்களில் உள்ள இனிய பாடல்கள் ஒரு முக்கியமான காரணம் என்று பட்டது.

நல்கொண்டாவில் இரு அறைகளை வாடகைக்கு எடுத்தோம். முந்நூறு ரூபாய் வீதம் வாடகை. ஓர் அறையில் நான் வசந்தகுமார் கல்பற்றா நாராயணன் மூவரும். மற்ற அறையில் நால்வர். ஒருவர் தரையில் படுத்துக்கொள்ளவேண்டும். இரவில் நான் என் உடைகளை துவைத்துக் காயப்போட்டேன். அதன்பின் தூங்கிவிட்டேன். இரவில் நல்ல மழை. ஆனாலும் மின்விசிறி ஓடிக்கொண்டிருந்தமையால் என் உடைகள் காலையில் காய்ந்துவிட்டன.

காலையில் எழுந்து டீ குடித்தால்தான் எனக்கு காலைக்கடன்களைக் கழிக்க முடியும். ஆனால் அதிகாலை ஐந்து மணிக்கு நாங்கள் தங்கும்

சாதாரண விடுதிகளில் டீ கிடைக்காது. அறைச்சேவை முற்றிலும் இல்லாத இடங்கள். ஆகவே பச்சைத்தண்ணீரைக் குடிக்க பழகிக் கொண்டேன். காலையில் மழை விழுந்துகொண்டிருந்தது. மழையில் சற்று நனைந்தபடி பைகளை காரின் மீது வைத்து கட்டினோம். ஏழுமணி ஆகிவிட்டது கிளம்ப. நான் காகதீய பேரரசைப்பற்றி கல்பற்றா நாராயணனிடம் பேசிக்கொண்டிருந்தேன்.

நிறைய படிக்கக் கூடியவர் கல்பற்றா நாராயணன், ஆனால் அவருக்கே தென்னிந்திய வரலாறு பற்றி எதுவுமே தெரியாது. ஹொய்சள காகதீய விஜயநகர பேரரசுகளைப்பற்றி விரிவாக நான் சொன்னபோது அவருக்கு எல்லாமே புதிய தகவல்கள். இதை நான் கவனித் திருக்கிறேன். சராசரி மலையாளிக்கு கேரளத்துக்கு வெளியேயுள்ள வரலாறு பற்றி எதுவுமே தெரிந்திருப்பதில்லை. அக்கறையே இல்லை. ஏன் சேரர் வரலாறுகூட தெரிந்திருப்பதில்லை.

காரணம் கேரளத்தின் பண்டைய வரலாறு கேரளத்தின் மலையாள தேசிய தனித்தன்மைக்கு எதிராக இருப்பது. அது தமிழக வரலாற்றின் ஒரு சிறு பகுதிதான். ஆகவே அவர்கள் வரலாற்றை பதினேழாம் நூற்றாண்டுக்குப் பிறகுதான் ஆரம்பிக்கிறார்கள். கேரளம் இருநூறு வருடங்களுக்கு மேலாக விஜயநகர ஆட்சிக்குக் கீழே இருந்திருக்கிறது. கேரளத்தில் உள்ள பெரிய கோட்டைகளான கண்ணனூர் பேக்கல் கோட்டைகள் நாயக்கர்களால் கட்டப்பட்டவை. ஆனால் அவை பற்றி ஏதும் சராசரி மலையாளி வாசகனுக்கு அறிவிருப்பதில்லை. ஆனால் சின்னச்சின்ன அரசர்களான கோழிக்கோடு சாமூதிரி கொல்லம் அரசர்கள் போன்றவர்களை பெரிய மன்னர்களாக கற்பனைசெய்து வைத்திருப்பார்கள். வங்காளிகள் மலையாளிகள் இரு சாராரும்தான் இந்தியாவில் அசிங்கமான பிராந்திய உணர்வு கொண்டவர்கள். அதற்குக் காரணம் இடதுசாரி அரசியல் என்பது ஒரு வேடிக்கை.

இந்துத்துவர்கள் வரலாற்றைத் திருத்துகிறார்கள் என்று ஓயாது கூச்சலிடுகிறார்கள் இடதுசாரிகள். கேரள வரலாற்றில் மட்டும் இடதுசாரி வரலாற்றாசிரியர்கள் செய்துள்ள திரிபுகள் பலமடங்கு என்றார் கல்பற்றா நாராயணன். ஒருவகை தேசிய பெருமிதத்தை உருவாக்கி அதன் மேலேயே இடதுசாரி அரசியல் கேரளத்தில் கட்டப் பட்டுள்ளது. சராசரி மலையாளி தன்னைப்பற்றி கொண்டுள்ள மிகையான பிம்பம் இவ்வாறு உருவானதே.

ஏழரை மணிக்கு நல்கொண்டா அருகே உள்ள பனகல் என்ற சிற்றூருக்குச் சென்று சேர்ந்தோம். காகதீய பாணியிலான அழகிய கோயில் ஒன்று இங்கிருக்கிறது. பச்சால சோமேஸ்வரர் ஆலயம். மேலே கோபுரம் இடிந்து கிடக்கிறது. மொத்த கோயிலே

பச்சால சோமேஸ்வரர் ஆலயம், பனகல், நல்கொண்டா

இடிபாடுக்குவியலாகக் கிடந்து சற்றே மீட்கப்பட்டிருக்கிறது. கோயிலுக்குள் மண்டபம் உடைந்து உள்ளே நீர் சொட்டிக் கொண்டிருந்தது. சிறிய லிங்கம். கோயில் முன்னாலிருந்த நந்தி கன்னங்கரிய கல்லில் அழகிய நகைகளுடன் கம்பீரமாக படுத்திருந்தது.

காகதீய கட்டடக்கலையின் பொதுவான அம்சம் என்று சிலவற்றைச் சொல்லலாம். பல அடுக்குகள் கொண்ட உயரமான அடித்தானம் (அடித்தளம்). அதில் ஏராளமான சிற்பங்கள். அதன் மீது கோயில் கருவறை முகமண்டபம் ஆகிய இரண்டும் ஒரே கட்டடமாக இருக்கும். முகமண்டபத்தில் மிக அழகான உருளைவடிவ அல்லது எண்பட்டை வடிவ அல்லது சதுரமும் உருளைவடிவமும் கலந்த தூண்கள். தூண்களில் வட்டமான கபோதமும் மலரும். சதுரத்துக்குள் கோணவடிவிலான சதுரங்களாகச் செல்லும் மேல்கூரை. பொதுவாக இந்த மண்டபம்தான் காகதீய கோயிலின் உச்சகட்ட கலைநுட்பத்துடன் இருக்கும். காகதீய கட்டடக்கலை என்பது ஆரம்பகால சாளுக்கிய கட்டடக்கலையின் முழுமைகொண்ட வடிவம் என்பார்கள்.

காகதீய கட்டடங்களின் இன்னொரு சிறப்பம்சம் கரிய மார்பிள் கல்போன்ற ஒருவகை கருங்கல்லால் அவை செதுக்கப்பட்டிருப்பது தான். இரும்பால் செய்யப்பட்டு நன்றாக பளபளப்பாக்கப்பட்டவை போல இருக்கும் அவை. சிற்பங்களின் அணிகள் கன்னங்கள் உடல் வளைவுகள் எல்லாம் மின்னும். தாட்பத்ரியில் கரிய கடப்பைக்கல்லால் செய்யப்பட்ட சிலைகள் உண்டு. அவையும் கருமையும் பளபளப்பும் கொண்டவை, ஆனால் அவற்றில் குழைவை கொண்டுவர முடியாது. தூண்களின் பட்டைகளும் நுட்பமான பூவேலைகளும் கொண்ட செறிவான அமைப்புதான் மனதைக் கவரும். இங்குள்ள கரியகல் கிட்டத்தட்ட மெழுகு போல சிற்பிக்கு ஈடுகொடுக்கிறது.

பனகலில் பச்சன சோமேஸ்வரர் ஆலயத்தின் உடைந்து சிதிலமான அடித்தானத்தின் விளிம்பில் அரையடி அகலத்தில் விளிம்பு முழுக்க யானைகளால் ஆனது. புடைப்புச் சிற்பமாக மிக தத்ரூபமான யானைகள். பலநூறு யானைகள். யானையின் அசைவின் பலநூறு கோணங்கள். உடைந்த சிற்பங்களின் உடைகளும் நகைகளும் கூர்ந்து நோக்க நோக்க நுட்பங்கள் விரியுமளவுக்கு செறிவான அழகு கொண்டவை. மழை நீரில் அவை கருமையாக மிளிர்ந்தன. 'மாசறக் கழீயிய யானை போல' என்று ஔவையாரின் வரி நினைவுக்கு வந்தது.

கோயிலுக்கு அருகே இன்னொரு சன்னிதி இருந்து அழிந்திருக்கிறது. உடைந்த நந்தி மட்டும் அதற்கே உரிய ஆழ்ந்த கவனத்துடன் இல்லாத கோயிலை பார்த்துக்கொண்டு படுத்திருந்தது. கோயிலுக்குப் பின்னால் ஆந்திர அரசின் சிறிய அருங்காட்சியகம் ஒன்று. அதில் அந்தக் காலையில் ஒரு வாட்ச்மேன் மட்டுமே இருந்தார். அதன் முன்னால் இருந்த முற்றத்தில் உடைந்த சிற்பங்கள் ஏராளமாக காட்சிக்கு வைக்கப் பட்டிருந்தன. இரண்டு காலபைரவர் சிலைகள் அற்புதமானவை. தன் கழுத்தில் தானே வாளை வைத்த நிலையில் நிற்கும் நடுகல் சிலைகள் பல இருந்தன. அவையெல்லாம் போரில் தன்னையே களப்பலியாக கொடுத்தவர்களின் சிலைகள். அதில் ஒரு பெண்ணும் இருப்பது மிக வியப்புக்குரியதாக இருந்தது. அத்தகைய ஒரு சிலை வேறு எங்காவது இருக்குமா தெரியவில்லை.

அங்கிருந்து சற்று தள்ளி மழையில் நனைந்த கிராமச்சாலையில் சென்று திரும்பி சாயல சோமேஸ்வரர் கோயிலுக்குச் சென்றோம். பச்சன சோமேஸ்வரர் ஆலயத்தின் அதே பாணியிலான கோயில். அழகிய முகமண்டபம். கம்பீரமான நந்தி. உள்ளே லிங்கத்துக்கு ஒரு சிறப்பு உண்டு. அது நான்கடி ஆழமான கருவறைக்குள் உள்ளது. அதை

சாயல சோமேஸ்வரர் ஆலயம், பனகல், நல்கொண்டா

வெளியே நிற்கும் பக்தர்கள் காண முடியாது. அதன் நிழல் பின்னால் உள்ள சுவரில் விழும், அதை மட்டுமே தரிசிக்க முடியும். (சாயா என்றால் நிழல்) அந்த நிழலுக்குதான் பூஜை.

சாயல சோமேஸ்வரர் கோயில் இடிந்து கைவிடப்பட்டு கிடக்கிறது. அப்பகுதியிலேயே மனித நடமாட்டம் இல்லை. கோயிலுக்குள் ஒன்பதாம் வகுப்பு படிக்கும் பன்னஹல்க அஜய்குமார் சைக்கிளில் வந்து பூஜைசெய்து கொண்டிருந்தான். கடும் வறுமை தெரியும் முகம். மெலிந்த உடல். நன்றாகவே மந்திரம் சொல்லி ஸ்தல வரலாற்றையும் சொன்னான்.

கோரை மண்டிய கோயில் குளத்தைப் பார்த்துவிட்டு சூரியபெட் கிளம்பினோம்.

- 10 -

பாணகிரி

பனகல் உள்பட ஆந்திராவின் முக்கியமான வரலாற்று, கலைச்சின்னங்களுக்கு உள்ள முக்கியமான ஓர் இயல்பு அவற்றைப் பற்றிய தகவல்களை நாம் எங்குமே பெற முடியாது என்பதே. பனகல் என்ற ஊர் இருப்பதை நாங்கள் நல்கொண்டா வந்தபின்னரே அறிந்தோம். பனகல் போனால் அங்கே எந்தத் தகவலும் ஆங்கிலத்தில் இல்லை. அருங்காட்சியகத்தில் எல்லாமே தெலுங்குதான். ஒரு வரைபடம் தெலுங்கில் இருந்தது. அந்த வாட்ச்மேனிடம் கிடைத்த தெலுங்கில் பேசிப்பேசி பிற இடங்களை தெரிந்துகொண்டோம். அதன்படி திட்டத்தை மாற்றிக் கொண்டு சூரியபெட் கிளம்பினோம்.

சூரியபெட் மிகமிக சிறிய ஊர். இன்னும் சொல்லப் போனால் அந்த ஊரின் இடிபாடுகளில் உருவாகிவந்த ஒரு சேரி என்று அதைச் சொல்லலாம். அங்கே முதலில் எர்ரகேஸ்வரலு (செந்நிறத்தோன்) ஆலயத்தைப் பார்த்தோம். எடுத்த எடுப்பிலேயே கண்ணைக்கவரும் அற்புதமான ஆலயம் அது. 12 ஆம் நூற்றாண்டில் காகதீய மன்னர் கணபதிதேவரின் அமைச்சனான மகாருத்ரன் கட்டிய கோயில். இரண்டாள் உயரமான அடித்தானம். அதன்மீது கோயில். கூம்புகள் சேர்ந்தது போன்ற கோபுரம். இந்தக் கோயிலும் இடிந்துதான் கிடக்கிறது. சிவந்த கல்லால் ஆன மையக்கோயில் சற்றே சேதமில்லாமல் எஞ்சியிருக்கிறது. கோயிலைச்சுற்றியிருக்கும் சிறு சன்னிதிகளும் கோபுரங்களும் கற்குவியல்கள்.

ஸ்ரீ எர்ரகேஸ்வரலு ஆலயம், சூரியபெட், பனகல்

கோயிலின் அடித்தானத்தில் இங்கும் அற்புதமான முழுமை கொண்ட யானைவரிசை. கோயில் வாசலிலும் சுற்று வாசல்களிலும் கரிய கல்லில் செதுக்கப்பட்ட பேரழகான புஷ்பயட்சி, மதனிகை சிலைகள். உள்ளே முகமண்டபத்துத் தூண்கள் காகதீயத் தூண்களுக்கே உரிய பார்த்துப் பார்த்து தீராத கலையழகு கொண்டவை. கருவறையைச் சுற்றி நுழைவாயிலில் உள்ள கரியகல்லால் ஆன பூமரக்கிளைகள் பின்னிய அலங்காரக்கோலமும் நுண்ணிய சிற்பங்களும் அந்த மண்டபத்தைப் போலவே அழகானவை. முகப்பில் உள்ள பிரம்மாண்டமான நந்தி பார்க்கப்பார்க்க பரவசமூட்டும் அளவுக்கு அழகானது.

திரும்பத் திரும்ப அழகு அழகு என்றுதான் சொல்ல வேண்டியிருக்கிறது. ஒரு சிற்பம் உருவாக்கும் அனுபவத்தை எப்படிச் சொல்வது? அந்த சிற்பத்தில் உள்ள விஷயங்களைச் சொல்லப்போனால் அது வெற்றுத் தகவல்களாக ஆகிவிடும். அதன் அனுபவம் என்பது ஒரு குழந்தையை ஓர் அழகியை பார்ப்பதன் மன எழுச்சிக்கு நிகரானது. அத்துடன் ஒரு செவ்வியல் இலக்கியத்தை படிக்கும் அனுபவமும் சேர்ந்து கொள்கிறது.

அங்கே ஒரு பெண் பிச்சைக்காரத்தோற்றத்துடன் பின்னால் வந்து வழிகாட்டியாக பேச ஆரம்பித்தாள் – தெலுங்கில். நாங்கள் ஒரு சொல்லும் தெலுங்கில் எங்களுக்கு தெரியாது என்றோம். அவள் விடவில்லை. மண்டபத்தின் அற்புதமான நுண்சிற்பங்கள் செறிந்த தூணைக்காட்டி இதில் ஒவ்வொரு தூணிலும் சப்த ஸ்வரம் வரும் என்றாள். தட்டிக்காட்ட ஒரு கல்லை மடியில் வைத்திருந்தாள். தட்டாதே என்று சொல்லி அதட்டினேன்.

மகாபலிபுரம் யானையைப்பார்த்தால் எத்தனை அம்மி தேறும் என்று கணக்கு போடும் மனது என்று ஒரு கட்டுரையில் சுந்தர ராமசாமி சொல்கிறார். நம்முடைய ஆட்களில் பாதிப்பேரின் மனம் அப்படிப் பட்டது. அவர்களுக்கு எந்தக் கலையும் எவ்வகையிலும் அனுபவமாவ தில்லை. பக்தி காரணமாக கோயில்களுக்குச் செல்கிறார்கள். அங்கே உள்ள மாபெரும் தூண்களைப் பார்க்கையில் என்ன காரணத்துக்காக அப்படி செதுக்கி அடுக்கியிருக்கிறார்கள் என்று புரிவதில்லை. ஆனால் முன்னோர்கள் மகான்கள் ஆதலால் காரணமில்லாமல் செய்ய மாட்டார்கள் என்று ஒரு நம்பிக்கை.

இந்த அசடுகளின் பொருட்டு சில அர்ச்சகர்களும் வழிகாட்டிகளும் உருவாக்கிய முட்டாள்தனமான கதைதான் சப்த ஸ்வர தூண் என்பது. இந்தக்கதை அப்படியே பயணக்குறிப்புகள் கையேடுகளிலும் இடம் பிடிக்கிறது. உண்மையில் எந்த ஒரு தூணிலும் அப்படி இசை நாதம் கேட்பதில்லை. அதே சமயம் வெவ்வேறு அளவுள்ள தூண்களில் எப்போதும் வெவ்வேறு சத்தம்தான் கேட்கும். நமது மாபெரும் கலைச்செல்வங்களான தூண்களை எல்லாம் இப்படி தட்டித் தட்டியே முட்டாள்கள் உடைத்துக் கொண்டிருக்கிறார்கள். சில அதிமுட்டாள் களுக்கு வீணை நாதம் வரவில்லையே என்ற ஆதங்கம் எழும். தாங்களே மணிக்கணக்காக தட்டிக் கொண்டிருப்பார்கள்.

ஆனால் அந்தப்பெண்ணிடம் இருந்துதான் அங்கே இன்னொரு முக்கியமான கோயில் இருக்கும் தகவலை தெரிந்துகொண்டோம். நாமேஸ்வரர் மையமாக கோயில் கொண்டிருக்கும் இந்த ஆலயம் திரிபுடேஸ்வர மூர்த்தம் என்று பெயர் கொண்டது. கணபதிதேவர் காலத்தில் அவரது அமைச்சர் மகாருத்ரனால் கட்டடப்பட்டது. மூன்று

திரிபுடேஸ்வர மூர்த்தம், சூரியபெட், பனகல்

சன்னிதிகள் கொண்ட சிவன் கோயில். ஒவ்வொரு துளியும் சிற்பங்களால் நிரப்பப்பட்ட அழகான முக மண்டபம். சிவந்த கல்லால் ஆன கோயில்.

முன்னாலே சென்ற வசந்த குமார் உள்ளே மல்லாந்து படுத்து மண்டபத்து மேற்கூரையில் செறிந்திருந்த சிற்பங்களை புகைப்படம் எடுத்துக் கொண்டிருந்தார். கூடவே இன்னொருவரும் படுத்திருக்கக் கண்டோம். அது வம்சி. 13 வயதான வம்சியின் அம்மாதான் கோயிலில் பூசாரி. அவனுக்கு மூளைவளர்ச்சி சற்றே குறைவு. ஆனால் பச்சைக் கண்கள் கொண்ட அழகிய பையன். அந்த அம்மாள் நன்றாகவே மந்திரம் சொல்லி ஆரத்தி காட்டினாள். வம்சி பின்னாலேயே வந்து பத்து ரூபாயும் எங்கள் கையிலிருந்த பொரிப் பொட்டலத்தையும் வாங்கிக் கொண்டான்.

வண்டிகிளம்பும்போது பார்த்தால் வசந்தகுமாரைக் காணவில்லை. அவரை உள்ளே வைத்து பூட்டிவிட்டார்கள். மேலே ஏறி குதிக்க முடியுமா என்று மதில்மேல் நின்று பார்த்துக் கொண்டிருந்தார். அந்த அம்மையாரை கூப்பிட்டு கதவை திறக்கச் செய்தோம். எல்லாருக்கும் சிரிப்பு. ''இந்த ஊரில் இனி கொஞ்ச நாள் இது ஒரு பேச்சாக இருக்கும்'' என்றார் கல்பற்றா நாராயணன்.

இந்த ஊரே எவராலும் பொருட்படுத்தப்படவில்லை என்று பட்டது. சிறப்பாக இருந்த ஒரு காகதீய நகரம் இது. பதிமூன்றாம் நூற்றாண்டில் மாலிக் காபூரால் அழிக்கப்பட்டபின் தலையெடுக்கவேயில்லை. அப்படியே கைவிடப்பட்டு மறைந்திருக்கிறது. பின்னர் ஆங்கில ஆட்சியாளர் காலத்தில் சற்று பராமரிப்பு வேலைகள் செய்யப்பட்ட போது வந்து குடியேறிய கூலிக்காரர்கள் உருவாக்கிய கிராமம். இவர்கள் இன்று கோயிலின் அழிவுக்கும் காரணமாக இருக்கிறார்கள். இவ்விரு கோயில்களும் பெரும் கலைச்சின்னங்கள். எந்தவிதமான கவனமும் இல்லாமல் அழியவிடப்பட்டிருக்கின்றன. பூசாரியோ காவலரோ கூட ஒழுங்காக இல்லை.

பனகல் அருங்காட்சியகத்தில் திருமலகிரி என்ற ஊரின் அருகே உள்ள பௌத்த ஸ்தலம் பற்றி சொல்லப்பட்டிருந்தது. ஆனால் அது வெகுவாக தள்ளி இருக்கும் ஃபாணகிரி என்ற ஊர்தான். S வடிவில் உள்ள ஒரு குன்று. ஃபாணம் என்றால் பாம்பு. அங்கே புராதனமான பௌத்த பல்கலைக் கழகம் இருந்திருக்கிறது. அதன் அக்காலத்துப்பெயர் தர்ம சக்ர புரி. இந்தத் தகவல் எல்லாம் அங்கே போய் தெரிந்து கொண்டது. எங்கும் எந்தத் தகவலும் இல்லை.

ஃபாணகிரியை நெருங்கி அங்கே பிள்ளையார் பூஜையில் இருந்தவர் களிடம் விசாரித்தபோது ஒருவர் தன்னை அந்த புதைபொருளாய்வு நிலத்துக் காவலர் என்று அறிமுகம் செய்து கூட்டிவந்தார். உற்சாகமாக

தகவல்களைச் சொன்னார். நடந்து சென்று குன்றேறினோம். சரிவில் இடிந்து கைவிடப்பட்ட ஒரு விஷ்ணு ஆலயம் இருக்கிறது. ஆஞ்சநேயர் சிலை தள்ளி மல்லாந்து கிடந்தது. கோயிலின் கருவறை குகைக்கோயில். அங்கே ராமானுஜரின் சிலையும் ஓர் அரசரின் சிலையும் பாறையில் புடைப்புச் சிலைகளாக இருக்கின்றன.

நீர் வழிந்த கறைகளால் அழகிய செவ்வரிகள் போடப்பட்ட வழவழப்பான பெரிய பாறை. மேலேறினால் சுற்றிலும் பசுமை. இரு குளங்கள் ஒரு ஏரி. மேலே புத்த பல்கலையின் இடிபாடுகள். புத்தர் வந்த இடமாகையால் ஒரு மாபெரும் ஸ்தூபி கட்டியிருக்கிறார்கள். அதன் செங்கல் அடித்தளம் மட்டுமே உள்ளது. சிறிய ஸ்தூபிகள் ஏராளமாக அகழ்ந்து எடுக்கப்பட்டுள்ளன. அவையெல்லாம் அந்த பல்கலையின் தலைவர்களாக இருந்த பிட்சுகளின் சமாதியிடங்கள். விஹார அறைகள் சைத்யங்கள் போன்றவற்றின் செங்கல்லால் ஆன அடித்தளங்கள் நிறைய இருந்தன. சலவைக்கல்லால் ஆன ஒரு சிறிய ஸ்தூபி ஒரு சைத்யத்தின் உள்ளே இருந்திருக்கிறது. அதன் உதிரி துண்டுகளைக் கண்டோம்.

''புத்தர் நடந்த மண்ணு சார்... நெனைக்கவே ஒருமாதிரி இருக்கு... உடம்பெல்லாம் சிலுக்குது'' என்றார் செந்தில். அந்த இடத்தில் ஒரு அபூர்வமான மன எழுச்சியை உணர முடிந்தது. அந்தச் சூழல், அங்கே நாம் உணரும் கற்பனைக்கு அப்பாற்பட்ட பழங்காலம் எல்லாம் சேர்ந்து நம்மில் உருவாக்கும் மனநிலை அது. அங்கேயே மௌனத்தால் அனைத்தையும் உள்வாங்கியபடி நடந்தோம். வானம் முழுக்க மழைமேகங்கள். குளிரான காற்று.

மலைக்குக் கீழே ஒரு ராமர் கோயில் உள்ளது. அதைக்கட்டிய காரத் மந்துடு என்ற குறுநில மன்னனின் சிலை புடைப்புச்சிற்பமாக உள்ளது. அது ஒரு குகைக்கோயில். அதை ஒட்டி கற்கோயில் எழுப்பப் பட்டிருக்கிறது. எங்கும் அனுமார் சிலைகள். அங்கிருந்த கிணற்றில் நல்ல குடிநீர் இருந்தது. அதன் முற்றத்தில் பையன்கள் கிரிக்கெட் ஆடிக்கொண்டிருந்தார்கள். ஒரு இளைஞன் மண்டபத்தில் அமர்ந்து வார இதழ் படித்துக் கொண்டிருந்தான். பெயர் சந்திர மௌலி என்றான். அரசியல் விஞ்ஞானத்தில் முதுகலை படிக்கிறானாம். ஆனால் ஒரு சொல் ஆங்கிலம் தெரியவில்லை. குத்துமதிப்பாக சில தமிழ்நாட்டு அரசியல்வாதிகளைப் பற்றிச் சொன்னான்.

வசந்தகுமார் போகுமிடமெல்லாம் சிரஞ்சீவி ஆட்சிக்கு வருவாரா என்று கேட்டுக்கொண்டிருந்தார். சிரஞ்சீவி ஆந்திராவில் அதிக எண்ணிக்கை இல்லாத (பலிஜா) காப்பு ஜாதியைச் சேர்ந்தவர். அவர்களுக்கு அதிகாரமும் இல்லை. ஆனால் அவருக்கு ஆந்திராவில்

30 சதவிகித எண்ணிக்கை உள்ள தலித் மக்களின் ஏகோபித்த ஆதரவு இருக்கிறது. சந்திர மௌலி சிரஞ்சீவி கண்டிப்பாக முதல்வர் ஆவார் என்றான். நாயுடுவெல்லாம் அவ்வளவுதான், போச்சு என்று சிரித்தார். பிறகுதான் குட்டு வெளிப்பட்டது. அவன் முந்நூறு காப்பு என்ற சாதி. சிரஞ்சீவி அந்த சாதிதானாம். விஜயகாந்தும் அந்த சாதிதான். தமிழ்நாட்டில் அதை பலிஜா நாயுடு என்கிறார்கள்.

திரும்பிவரும் வழியில் மழை பிடித்துக் கொண்டது. ஒரு சிறு வீட்டு முகப்பில் இருந்த ஆஸ்பெஸ்டாஸ் கூரைக்கு முன் ஒதுங்கினோம். மணி நான்கு. சாப்பிடவில்லை. கடுமையான மழை. அந்த வீட்டில் ஒரு சிறுவன் மட்டும்தான் இருந்தான். வீடு இரண்டே அறைகள் கொண்டது. சமையலறை, படுக்கை அறை. படுக்கை அறையில் பாதிக்கு உளுந்து கொட்டி வைத்து ஒரு கட்டிலும் போட்டிருந்தார்கள். பையனிடம் சாப்பிட ஏதாவது இருக்குமா என்று செந்தில் கேட்டே விட்டார். ஒன்றுமே இல்லை. சரி ஆவக்காய் ஊறுகாய் இருக்கிறதா என்றார். அவன் கொண்டுவந்து கொடுத்தான். அதை அனல் பறக்க பஞ்சைப்பராரி போல நக்கிச் சாப்பிட்டார்கள் - நானும்தான்.

மழைவிட்டபின் கிளம்பினோம். வரங்கல் செல்வதற்காக.

- 11 -

வரங்கல்

செப்டெம்பர் எட்டாம்தேதி மாலை வரங்கலுக்கு எட்டு கி.மீ. முன்பாக உள்ள ஹனுமகொண்டா என்ற ஊருக்கு வந்து சேர்ந்தோம். நினைத்ததைவிட தாமதம். வரும் வழியில் கடும்பசியில் ஓட்டல்கள் உண்டா என்று தேடியபடியே வந்தோம். ஒரு பனையேறும் தொழிலாளி கள்ளுடன் செல்வதைக் கண்டு வண்டியை நிறுத்தினோம். அவரிடம் கள் இல்லை. மீண்டும் கிளம்பி சற்று தூரம் சென்றபோது தோட்டத்துக்கு உள்ளே சிலர் பனைமரத் தடியில் கூடி கள் குடிப்பதை செந்தில் பார்த்து சொன்னார். வண்டியை நிறுத்தி அவர்களை நோக்கிச் சென்றோம். போலீஸ் களையில் செந்திலும் வசந்தகுமாரும் வருவதைக் கண்டு அவர்கள் தயங்கினார்கள். கள் கேட்ட போது வாயெல்லாம் சிரிப்பு.

ஆந்திராவில் கள் எடுக்க அனுமதி உண்டு. கள்ளை எடுப்பவர்கள் மட்டுமே விற்க வேண்டும். அதற்கு உலோகத்தில் லைசன்ஸ் வில்லை கொடுக்கிறார்கள். போனதடவை நான் வசந்தகுமார் யுவன் சந்திரசேகர் மற்றும் சண்முகம் அமராவதி அவழியாக ஸ்ரீசைலம் வந்த போது தூய கள்ளின் மணத்தை நான் அறிந்து கூவினேன். உடனே வண்டியை நிறுத்திவிட்டு பார்த்தபோது இருவர் காவடி கட்டி கள் டின்னை தூக்கிக் கொண்டு வந்து கொண்டிருந்தார்கள். ஆணழகர்கள் இருவரும். கள் வாங்கினோம். மூவரில் சண்முகம் மட்டுமே கள்ளை

சிலமுறை குடித்திருக்கிறார். பிற இருவரும் கள்ளை பார்த்ததே இல்லை. நான் பனைபொருட்களில் பிறந்து வளர்ந்தவன். நானே பதமறிந்து நன்றாக கருப்பட்டி காய்ச்சுவேன். கள்ளை முகர்ந்து நோக்கி மிகச்சிறந்த கள் என்றேன்.

நல்ல பனங்கள் ஆல்கஹால் மணமும் புளிப்பு மணமும் பதநீரின் இனிப்பு மணமும் சரியானபடி கலந்திருக்கும். வாயில் ஜிர்ர் என்று ஒரு பிடிப்பு - நன்றாக புளித்த மோரில் அது உண்டு - இருக்கும். குடிக்கும் போது முதலில் புளிப்பும் பின்னர் மெல்லிய இனிப்பும் வரவேண்டும். கள்ளில் நீர் சேர்த்து வேறு கலவைகள் சேர்த்து மேலும் புளிக்க வைத்தால் அடிநாக்கில் குமட்டும். புளிப்பும் வாடையும் மிக அதிகமாக இருக்கும். நறுங்கள் ஒரு சிறந்த உணவு, நல்ல உணவென்பது நல்ல மருந்து. அது ஒரு மதுபானமே அல்ல. அது நம்மை அடிமையாக்காது. தலைகால் தெரியா போதைக்குக் கொண்டு செல்லாது. பல வருடங்கள் தினமும் குடித்தாலும் கல்லீரலை பாதிக்கவும் பாதிக்காது.

அன்றுகுடித்த கள் எங்கள் நால்வரையும் மிகமிக கவர்ந்துவிட்டது. நல்ல குடிகாரரான சண்முகமே மகிழ்ந்துவிட்டார். அதன் பின் ஆந்திரா என்றாலே கள் என்று வசந்தகுமார் எகிறுவது வழக்கம். இந்தக்கள்ளும் அற்புதமாக இருந்தது. ரஃபீக் குடிக்கவில்லை. கிருஷ்ணன் குடித்து விட்டு பிடிக்கவில்லை என்று சொன்னார். பிற ஐவரும் வயிறு முட்டக் குடித்தோம். இரண்டு லிட்டர் குப்பிக்கு 30 ரூபாய். பயணம் தொடங்கிய போது பெரிதாக ஒன்றும் தள்ளவில்லை. எனக்கு பொதுவாக நல்லகள் போதை ஏற்றுவதில்லை. வேறு எந்த மதுபானமும் நான் குடித்ததில்லை, ஒரேஒரு முறை பீர் குடித்திருக்கிறேன். சிவா கொஞ்சம் கண்ணசந்து மீண்டார். காருக்குள் ஒரு மகிழ்ச்சி நிலை நிலவியது.

ஐந்துமணிக்குதான் ஓட்டலைக் கண்டுபிடித்துச் சாப்பிட்டோம். காரசாரமான ஆந்திரச் சாப்பாடு. அதன் பின் நீண்ட பயணம்தான். இரவு இருட்டும்வரை இருபக்கமும் விரிந்த பெரும் கற்குவியல் மலை களையும் சோளமும் நெல்லும் பச்சைசெறிந்து நின்ற வயல்களையும் பார்த்துக்கொண்டே வந்தோம். இது தெலுங்கானா பகுதி. நக்சலைட் ஆதிக்கம் இருந்த இடம். பல இடங்களில் சி.பி.எம்.எல் அமைப்பினரின் சிவந்த நினைவுச்சின்னங்கள் சாலையோரம் தெரிந்தன. சாலை ஓரத்துக் கல்லறைகளில்கூட சில கல்லறைகளில் சிவப்பு.

இரவு அனுமன் கொண்டாவில் தங்கினோம். ஒரு பழைய விடுதி. முந்நூறு ரூபாய் வீதம் இரு அறைகள். நான் அமர்ந்து பயணக்குறிப்புகள் எழுதி நேர் எதிரில் இருந்த இணைய மையத்தில் சென்று இணைய ஏற்றம் செய்தேன். நல்ல தூக்கம். கள்ளின் விளைவாகக்கூட இருக்கலாம்.

செப்டெம்பர் ஒன்பதாம் தேதி காலை எழுந்து நேராக அனுமன் கொண்டாவின் ஆயிரம்தூண் கோயிலுக்குச் சென்றோம். மூன்று ஆயதனங்கள் (தனிக்கோயில்கள்) கொண்ட கோயில் அது. 1163 ல் முதலாம் ருத்ரனால் கட்டப்பட்டது. மூன்று கருவறைகளில் ஒன்றில் மட்டுமே சிவலிங்கம் இருக்கிறது.

உள்ளே பிள்ளையார் வைத்து பூஜைசெய்திருந்தார்கள். காலைநேரத்தில் ஒரு நாதஸ்வர வித்வான் அழகாக வாசித்துக் கொண்டிருந்தார். எனக்கு தெரிந்த சில ராகங்களில் ஒன்று - சிந்து பைரவி. கோயில் முன்பிருந்த நந்தியை வியந்து வியந்து நோக்கிக் கொண்டிருந்தோம். காகதீயர்களின் கன்னங்கருமை பளபளக்கும் கோயில்தான் அதுவும். அடிப்படையில் இது சாளுக்கியக் கட்டடக்கலையின் பாணியில் அமைந்தது. ஆனால் தூண் அமைப்புகளில் காகதீய முத்திரை உள்ளது. நட்சத்திர வடிவிலான மூன்று கருவறைகள் கொண்ட கோயில் இது. இக்கோயிலின் கல்யாண மண்டபத்துக்கு அடியில் சமீபத்தில் ஒரு கிணறு கண்டடையப் பட்டுள்ளது. பெரியதோர் ஊற்றின்மீது இக்கோயில் அமைக்கப் பட்டிருக்கலாம் என்கிறார்கள்.

ஒரு அம்மா இட்லி சுட்டு விற்றார்கள். மிளகாய்ப்பொடி இருந்தது. சாப்பிட்டுவிட்டு அறைக்கு வந்து காரை கிளப்பி வரங்கல் சென்றோம். நாமெல்லாம் வாரங்கல் என்றுதான் படித்திருப்போம். ஆனால் அங்குள்ளவர்கள் வரங்கல் என்று சொல்கிறார்கள். ஒருகல்லு என்ற சொல்லின் மரூஉ அது. அதாவது ஒற்றைக்கல். ஏகசிலா நகரம் என்று அதற்கு சமஸ்கிருதப் பெயர் உண்டு. ஆந்திராவின் நான்காவது பெரிய நகரம். வடக்குசெல்லும் முக்கியமான ரயில் நிலையத்தில் வரங்கல் உள்ளது. பலர் இவ்வழியாக ரயிலில் சென்றிருப்பார்கள். வரங்கலில் அதிகமாக விளைவது பாறைதான். அதையே அறுவடை செய்கிறார்கள். இன்று வரங்கல் அதன் கிரானைட் குவாரிகளுக்காக புகழ்பெற்றுள்ளது.

வரங்கல் காகதீயப் பேரரசின் தலைநகரம். தெலுங்கானா பகுதியை கிட்டதட்ட பன்னிரண்டாம் நூற்றாண்டு முதல் இருநூறு வருடம் ஆண்ட காகதீயப்பேரரசு மத்திய இந்திய வரலாற்றில் முக்கியமான பங்களிப்பு கொண்டது. குறிப்பாக சிற்பக்கலையில் காகதீயபாணி ஒன்று உருவானது. இந்த பேரரசர்களின் குலதெய்வம் காகதி அல்லது துர்க்கை. ஆகவே அவர்களுக்கு காகதீயர்கள் என்ற பெயர் உருவாயிற்று. ஆரம்பகால தலைநகரம் அனுமன்கொண்டா. அங்கிருந்து தலைநகரம் வரங்கலுக்கு மாற்றப்பட்டது. இதன் முக்கிய மான அரசர் ராஜா கணபதி தேவர். இவர் வடக்கே வங்காளவிரிகுடா முதல் தெற்கே காஞ்சீபுரம் வரையில் தன் பேரரசை பரப்பினார்.

அவருக்குப் பின்னர் அவரது மகளான ருத்ராம்பா வலுவான ராணியாக ஆட்சி செலுத்தினார். புகழ்பெற்ற பயணியான மார்க்கோபோலோ

ருத்ராம்பா தேவியின் காலகட்டத்தில் காகதீய அரசு எவ்வாறு பல நிதிசார் பிரிவுகளாக பிரிக்கப்பட்டு திறம்பட ஆளப்பட்டது என்று எழுதியிருக்கிறார். நாட்டை 72 பாளையங்களாக பிரிக்கும் பாணி ருத்ராம்பாவால் உருவாக்கப்பட்டது. பின்னர் விஜய நகரிலும் அதன் பின் மதுரை நாயக்கர் ஆட்சியிலும் அம்முறை நீடித்தது.

காகதீய அரசின் நிர்வாக மையங்களாக விளங்கியவை கோயில்களே. ருத்ராம்பாவின் ஆட்சி கிட்டத்தட்ட மதுரை நாயக்கர் அரசி ராணி மங்கம்மாளின் ஆட்சிக்கு நிகரானது. அவரே ஆந்திராவின் புகழ்பெற்ற ஏரிகளையும் சாலைகளையும் அமைத்தவர். அவரது பேரன் பிரதாபருத்ரன் 1295ல் ஆட்சிக்குவந்தார். 1323ல் அவர் டெல்லிசுல்தான் படைகளுடன் போரிட்டு உயிர்துறந்தார். அத்துடன் காகதீயப்பேரரசு அழிந்தது.

காகதீயப்பேரரசு அதன் கட்டடகலை சாதனைகளுக்காக இன்று நினைக்கப்படுகிறது. சாளுக்கிய கட்டடக்கலையை அடுத்த கட்டத்துக்குக் கொண்டுசென்றார்கள் என்று காகதீயர்களைச் சொல்லலாம். காகதீயச் சிற்பக்கலையின் சிறப்பம்சம் என்னவென்றால் வட இந்தியாவைச் சேர்ந்த வேசர பாணி கட்டடக்கலையும் தென்னகத்தின் தட்சிண பாணி கட்டடக்கலையும் உரையாடிக்கொள்ளும் முனையாக இந்த நிலம் இருந்தது என்பதே. பொதுவாக காகதீயர் ஆண்ட இருநூறு வருடம், அதிலும் ருத்ராம்பாவின் ஆட்சிக்காலம், ஆந்திர வரலாற்றின் பொற்காலம் என்று ஆய்வாளர்களால் சொல்லப்படுகிறது. ராமப்பா ஏரி பட்கல் ஏரி போன்ற பெரும் ஏரிகள் இக்காலத்தில் உருவாக்கப்பட்டன. வட ஆந்திராவின் பல ஊர்கள் இக்காலத்தில் பிறவி கொண்டவையே.

வரங்கல்லை சுல்தான்கள் வென்று சூறையாடிச்சென்றபின் அவர்கள் விட்டுச்சென்ற படைப்பிரிவுகளை தோற்கடித்து முசுனூரி நாயக்கர்கள் என்றபெயரில் எழுபது சிறிய படைத்தலைவர்கள் ஒருங்கிணைந்து வரங்கலைக் கைப்பற்றி ஐம்பதுவருடம் ஆண்டார்கள். அவர்களுக்கு இடையே நிகழ்ந்த பூசல்களினால் அந்த ஆட்சி வீழ்ச்சியடைந்தது. 1370ல் பாமினி சுல்தான்கள் வரங்கலைக் கைப்பற்றிக் கொண்டார்கள். ஔரங்கசீப் வரங்கலைக் கைப்பற்றியபின் சுதந்திரம் கிடைக்கும்வரை அது ஹைதராபாத் நிஜாம் ஆட்சியிலேயே இருந்தது.

இன்று வரங்கல் கோட்டை பல இடங்களில் முற்றாகவே அழிந்து இடிபாடுகளாகக் கிடக்கிறது. இடிந்த கற்பாளங்கள் மீது நிகழ்காலத்தின் கூசவைக்கும் வெயில் பரவிக்கிடப்பதைக் கண்டோம். மூன்று அடுக்கு களாக இதற்கு பாதுகாப்பு இருந்திருக்கிறது. முதல் சுற்று மண்ணாலான இருபதடி உயரமான சுவர். அடுத்த சுற்று வலுவான கருங்கல் சுவர். அதற்குள் இப்போதும் ஊர் உள்ளது. இது பழைய வரங்கல் என்று சொல்லப்படும் சிற்றூர்.

வரங்கல்லில் உள்ளே சிற்பப் பூங்கா ஒன்று தொல்பொருள் துறையினரால் பராமரிக்கப் பட்டு வருகிறது. அங்கே பழைய காகதீய காலகட்டத்து உடைந்த சிற்பங்களும் கட்டட மிச்சங்களும் வைக்கப் பட்டுள்ளன. அந்த இடிபாடு கள் மனதை பெரிதும் சங்கடப்படுத்தின. அங்குள்ள மிகச்சிறந்த காட்சி அன்று வரங்கல்லின் நான்கு திசை களிலும் இருந்த முப்பதடி உயரமான பெரும் கல்நுழைவாயில்கள் இன்றும் உள்ளன. இவை ஒற்றைக்கல்லால் செதுக்கப்பட்டவை. கன்னங்கரிய பளபளப்பான கற்கள். அற்புதமான நுண்ணிய கோலச் செதுக்கல்கள் கொண்டவை. அவை கீர்த்தி தோரணங்கள் என்று அழைக்கப்படுகின்றன. குமிழ்கள் மலர்கள் தொங்கும் அலங்காரங் களுக்கு இருபக்கமும் அழகிய அன்னப்பறவைகள். ஒவ்வொரு சிறு இடத்திலும் சிற்பங்கள். இந்த வாசல்களுக்கு இணையான இன்னொரு சிற்ப வாசல் இந்தியாவில் இல்லை. இந்த கீர்த்தி தோரணங்கள் ஆந்திராவின் சுற்றுலாத்துறையின் சின்னங்களாக புகழ்பெற்றுள்ளன.

கீர்த்தி தோரணம், வரங்கல்

சிவபெருமான் கோயில்கொண்டுள்ள சுயம்புலிங்க ஆலயம் இங்கே உள்ளது. காகதீய பாணிக் கட்டடக்கலைக்கு சிறந்த உதாரணம் இது. கருவறைக்குமேலேயே மணிமகுடம்போல எழுந்த குட்டையான சதுரவடிவ கல்கோபுரமும் கருவறைக்கு முன்னர் நீட்டி நிற்கும் அர்த்த மண்டபமும் இதன் சிறப்பியல்புகள். அறுபட்டைத்தூண்களில் அதிகமாக சிற்பங்கள் கிடையாது. வழக்கம்போல மகத்தான நந்தி சிலை.

வரங்கல்லில் இருந்து மாலை கிளம்பி பாலாம்பேட் என்ற கிராமத்தில் இருக்கும் ராமப்பா ஏரிக்கு அருகே உள்ள ராமப்பா கோயில் சென்றோம். வரங்கல்லில் இருந்து எழுபது கிலோமீட்டர் தொலைவில் உள்ளது இது. சின்னஞ்சிறு கிராமம் இது. வழிகேட்டு வழிகேட்டுச் சென்றோம். ருத்ராம்பா உருவாக்கிய ராமப்பா ஏரி கடல்போல வரவேற்றது. வழியெங்கும் கூட்டம் கூட்டமாக எருமைகளை மேய்ச்சலுக்குக் கொண்டு சென்றார்கள்.

ராமப்பா கோயில் எனப்படும் கோயில் ரேச்சால ருத்ரன் என்ற சிற்றரசனால் கட்டப்பட்டது. இவன் முதலாம் கணபதி தேவருக்கு கீழே இருந்தவன். அக்கோயிலில் உள்ள சிவன் பெயர் ராமலிங்க சுவாமி. ராமேஸ்வரத்து தெய்வம்தான். ''நம்ம ஊர் ராமேஸ்வரமா சார்?''

ராமப்பா கோயில், பாலாம்பேட்

முக மண்டபத்தின் தூணிலுள்ள சிற்பங்கள்

மேல்கூரை வளைவுக்கு அடியில் உள்ள மோகினி நாகினி சிலைகள்

என்றார் கிருஷ்ணன். நமக்கு காசி எப்படியோ அப்படித்தான் வடக்கே ராமேஸ்வரம்'' என்றேன்.

இந்தப் பயணத்தில் இதுவரை பார்த்த சிற்பங்களில் உச்சம் என்பது ராமலிங்கசாமி கோயில்தான். என் நோக்கில் இந்தியாவின் முதன்மை யான சிற்ப அற்புதம் என்றால் இந்த கோயிலின் முக மண்டபம்தான். அடுத்தபடியாக பேலூர்-ஹளபீடு சிற்பங்களைச் சொல்லலாம். கன்னங்கரிய கல்லில் செதுக்கப்பட்டுள்ள இந்த மண்டபம் ஒரு மாபெரும் நகை. ஒரு கைவிரல் நுனிகூட விடப்படாமல் சிற்பங்கள். வழக்கமாக இத்தகைய பேனல் சிற்பங்கள் தனித்தனியாக முழுமை கூடாமல் இருக்கும். ஆனால் இங்கே ஒவ்வொரு சிற்பமும் ஒரு தனி கலைச் சாதனை என்று சொல்லத்தக்க அளவுக்கு அதிநுண்மை கொண்டது. இந்த ஒரு மண்டபத்திலேயே பற்பல ஆயிரம் சிற்பங்கள் உள்ளன.

இடம் மாறி இடம் மாறி மல்லாந்து படுத்து அந்தச் சிற்பங்களை பார்த்து பார்த்து திகட்டி சலித்து மீண்டும் தாகம் கொண்டு மீண்டும் பார்த்து அது ஒரு மீளமுடியாத அவஸ்தை. அந்த ஒரு மண்டபத்தை சாதாரணமாக ரசிக்கவே ஒரு நாள் முழுக்க போதாது. சிவபெருமானின் நடன நிலைகள். அவரைச் சூழ்ந்து பிற தெய்வங்கள். நடன மங்கையர். இசைக் கலைஞர்கள். அந்த மண்டபமே தெய்வங்களும் தேவர்களும் மானுடரும் சேர்ந்து கொண்டாடும் ஒரு பெரும் கலைத்திருவிழாபோல் இருந்தது.

ராமப்பா கோயிலின் வெளியே மேல்கூரை வளைவுக்கு அடியில் உள்ள கரியகல் மோகினி நாகினி சிலைகள் ஒவ்வொன்றும் பெரும் கலைப் படைப்புகள். இதற்கு அப்பால் ஒரு கலையே இந்தியாவில் இல்லை என்ற பெரும் பிரமிப்பை உருவாக்குபவை. நண்பர்கள் ஒவ்வொரு வரும் அரற்றியபடியே இருந்தார்கள். பித்துப் பிடிக்க வைக்கும் ஒரு அபூர்வமான காட்சிப்பெருவிருந்து இந்த ஆலயம். இந்திய நாட்டில் ஒரே ஒரு கலைச்சின்னம் மட்டும் எஞ்சினால் போதுமென்றால் இதை மட்டுமே வைத்துக்கொள்ள வேண்டும். ஆனால் வழக்கம்போல கைவிடப்பட்டு கிடக்கிறது இந்த இடம். சிற்பங்களை பயணிகள் உடைத்துப்போட்டால்கூட கேட்க யாருமில்லை.

வெளியே ஒரு மண்டபத்தில் பெரிய கருங்கல் நந்தி ஒன்று கழுத்தில் வடங்களும் ஆரங்களும் மணிகளும் அணிந்து அழகிய கண்களுடன் தலைதூக்கிக் கிடந்தது. ''இந்த பயணமே ஒரு நந்தி பயணம். இதுவரை மீண்டும் மீண்டும் நந்திகளைத்தான் பார்த்துக் கொண்டிருக்கிறோம்'' என்றார் கல்பற்றா நாராயணன். ராமப்பா கோயில் நந்திதான் அவற்றில் உச்சம். பெரும் பரவசத்துடன் அதனருகிலேயே நெடுநேரம் நின்றோம்.

ராமப்பா கோயிலுக்கு வசந்தகுமார் 23 வருடம் முன்பு வரும்போது அங்கே மனித நடமாட்டமே இல்லை என்றார். இப்போது குடிசைக்

கடைகள் வரிசையாக முளைத்துவிட்டிருந்தன. சீக்கிரமே கோயிலை அங்குள்ள அந்த வணிகர்களே சிதைப்பார்கள் என்பதே இந்திய அனுபவம்.

திரும்பும் வழியில் ஒரு புல்வேய்ந்த டீக்கடையில் கரீம்நகருக்கு வழிகேட்டோம். வசந்தகுமார் வரைபடத்தை எடுத்து விரிக்க அந்தக் கடைக்காரரின் பெண் சிரித்தாள், கரீம் நகருக்குப் போக மேப்பா என்று. நாங்கள் கன்யாகுமரியில் இருந்து வருகிறோம் என்றோம். அழகான பெண். குட்டையான தலைமுடியும் கூரிய முகமுமாக இருந்தாள். என்ன படிக்கிறாய் என்றார் செந்தில். அவள் புகுமுக வகுப்பு என்றாள். என்ன சப்ஜெக்ட் என்றேன். சிரித்தபடி படித்தது 8 வருடம் முன்பு என்றாள். ஆறுவயதில் அவளுக்கு மகன் இருக்கிறான். கணவர் வளைகுடா நாட்டில் இருக்கிறார். ஆச்சரியமாக இருந்தது. வயதே தெரியவில்லை.

கரீம் நகருக்கு செல்லும் வழியில் சாப்பிட்டோம். காரில் செல்லும் போது மீண்டும் கள்! இம்முறை காரில் போகும் வேகத்திலேயே ஆளைப்பிடித்துவிட்டோம். முந்தைய நாளை விட அருமையான கள் இது. ஆனால் ஏற்கெனவே சாப்பிட்டுவிட்டிருந்தமையால் வயிறு நிறைய குடிக்க முடியவில்லை.

- 12 -

கரீம் நகர், தர்மபுரி

வரங்கல்லை பார்த்து முடிக்க மிகவும் தாமதமாகியது. இந்தப்பயணத்தில் இடங்களை அதிவேகமாகப் பார்வை யிடுவது என்ற விதியை வைத்திருந்தோம். இருபதுநாளில் இந்தியா என்பது ஒருசோற்றுப்பதம்தான். பெரும்பாலான இந்திய நகரங்கள் ஆழமான வரலாற்றுப் பின்னணி கொண்டவை. சிற்றூர்களில்கூட பெரும் நகரங்கள் பண்பாடுகள் இருந்து மறைந்திருக்கும். உதாரணமாக இப்போது நாங்கள் இன்னும் ஆந்திர எல்லையை தாண்ட வில்லை. ஆனால் மூன்று பேரரசுகளின் ஆட்சிநிலங் களைத்தாண்டி வந்திருக்கிறோம். ஹொய்சள, விஜயநகர, காகதீய பேரரசுகளின் நிலங்கள். ஆகவே தொட்டுத் தொட்டுச் செல்லவேண்டியிருக்கிறது. அத்துடன் நகரங் களை பார்ப்பதென்பது எளிய விஷயமல்ல. என்னதார் கார் இருந்தாலும் வெகுதூரம் நடக்கவேண்டியிருக்கிறது. நிழலே இல்லாமல் வெறும்கல் இளவெயிலில் வெறித்துக் கிடந்த வரங்கல் கோட்டைமீது ஏறி இறங்குவதற்குள் மூச்சுவாங்கியது. இத்தனைக்கும் தக்காணத்துக்கு மேலே எப்போதும் மழைமேகங்கள் கறுத்து நிற்கும் மாதம் இது. அடிக்கடி மழைத்தூறல்கள் உண்டு. மேமாதத்தில் வந்திருந்தால் இங்கே தீயே வெயிலாகக் கொட்டிக் கொண்டிருக்கும்.

இந்தப் பெரும் திறந்த நிலத்தைப்பார்க்கையில் ஓர் எண்ணம் ஏற்படும். இந்த நிலத்தில் ஏன் இத்தனை படைநகர்வுகள் நடந்தன, ஏன் இத்தனை கோட்டைகள்

அமைந்தன? இன்றைய சூழலை வைத்து அக்காலகட்டத்தை அளவிடக்கூடாது. உண்மையில் மிதமான மழைபெறும் நிலங்களே அக்காலகட்டத்தில் முக்கியமானவை. மக்கள் தொகை குறைவாக இருந்த அந்நாட்களில் அங்கே ஒருபோக வேளாண்மை செய்தும் ஆடுமாடுகள் மேய்த்தும் மக்கள் வாழ்ந்தார்கள். மழை அதிகமான பகுதிகள் அடர்ந்த காடுகளாக இருந்தன. நவீன காடழிப்புமுறைகள் இல்லாத அக்காலகட்டத்தில் காடுகள் பாலைவனங்களைப்போலவே உயிர்வாழத் தகுதியற்றவையாக இருந்தன. மேலும் காடுகள் வழியாக பெரும்படைகள் நகர முடியாது. ஆகவே தென்னிந்தியாவை நோக்கி வந்த எல்லா படையெடுப்புகளும் இந்த திறந்த நிலம் வழியாகவே நடந்தன. இந்த திறந்த நிலத்தை தங்கள் கட்டுப்பாட்டுக்குள் கொண்டு வருவதற்கு அக்கால ஆட்சியாளர்களுக்கு இருந்த சிறந்த வழிமுறை என்பது அவ்வெளியின் நடுவே ஓங்கிய கோட்டை ஒன்றைக் கட்டுவதுதான்.

வரங்கல்லில் இருந்து மதியம் கிளம்பினோம். அந்திச்சிவப்பில் ஒளிர்ந்த விரிநிலத்தில் தூரத்தில் தெரிந்த குன்றுகளில் கோட்டைகள் சிறிதாகத் தெரிவதைப் பார்த்துக்கொண்டே சென்றோம். கரீம் நகரை பின்மாலையில் சென்றடைந்தோம். தெலுங்கானாபகுதியின் வடக்கே இருக்கும் கரீம்நகர் அடிக்கடி நாம் செய்திகளில் கேள்விப்படும் இடம், நக்சலைட் பிரச்சினைகளுக்காக. கரீம்நகரை மிக வறண்ட நிலமாக நெடுநாள் முன் பார்த்த நினைவு. இப்போது கண் ஏமாற்றியது. அடர்பசுமைநிறமான வயல்கள் எங்கும் பரந்துகிடந்தன. சோளம், மக்காச்சோளம், கரும்பு அவற்றில் தழைத்து காற்றில் அலையடித்தன. உண்மையில் இந்தப்பயணத்தில் எங்களுடன் வரும் ஓர் அன்னிய நாட்டவர் இந்தியா பசுமை தழைக்கும் ஒரு பூமி என்றே எண்ணுவார். காரணம் இது வடகிழக்குப் பருவமழை முடியப்போகும் நேரம். ஈரோட்டிலிருந்தே மழை. வரண்டு கிடக்கும் தருமபுரி மாவட்டம் பச்சைப்பசேலென்றிருந்தது. ஏன் ராயலசீமாகூட பச்சைப்பசேலென பொலிந்தது. இந்த நிமிடம் வரை எங்கள் தலைக்குமேல் எப்போதுமே கார்மேகவானமே பரவியிருக்கிறது. பயணம் முழுக்க இளம்குளிர் காற்றும் பசுமையை மேலும் துலங்கச்செய்யும் மங்கலான ஒளியும்தான்.

பல இடங்களில் மழையைக் கடந்து வந்தோம். இது ஒரு முக்கியமான அனுபவம். மேகம் திரண்ட வான்சரிவை நோக்கி எங்கள் கார் ஓடுகிறது. காற்றில் குளிர் அதிகரிக்கிறது. சிறுதுளிகள் மேலே தெறிக்கின்றன. தூரத்தில் நிலவெளியில் மேகங்களில் இருந்து கரிய விழுதுகள் போல மழை இறங்கி அசையாமல் நிற்பதைக் காண்கிறோம். காரில் புகும் காற்று அருவிநீர் போல உக்கிரம் பெறுகிறது. சட்டென்று மழைக்குள் புகுகிறோம். அருவிக்குள் கார் நுழைவதைப்போல. கார் கதவுகளை

மூடிக்கொள்கிறோம். காருக்குள் ஒன்றுமே தெரிவதில்லை. துடைப்பான்கள் ஆவேசமாக ஆடும் முன் கண்ணாடிக்கு அப்பால் எதிரே வரும் வண்டிகளின் நீரில் கரைந்த முகவிளக்கொளி. கார் செல்கிறதா நிற்கிறதா என்றே ஐயம் வரும். பின்பு சட்டென்று அருவிக்கு அப்பால் சென்றுவிடுகிறோம். கொஞ்ச நேரம் ஈரம். பின்னர் மழையா பெய்ததா என்றே கேட்கவைக்கும் உலர்ந்த சாலை, உலர்ந்த கூரைகள்... ஒரு மழை அதிகபட்சம் பத்து கிலோமீட்டர் பரப்புதான் இருக்கிறது. நாங்கள் இருபது நிமிடங்களில் அதைக் கடந்துவிடுவோம்!

மழைதிரளும் சூழலில் இருபக்கமும் குன்றுகளையும் பச்சை நிலத்தையும் பார்த்துக்கொண்டு காரில்செல்வது உற்சாகமான அனுபவமாக இருந்தது. ராமப்பா ஏரியின் கரையில் இறங்கி நின்று நீரை பார்த்தோம். அடர்த்தியான புளிமரங்கள் தழைத்து நின்றன. இளம்புளி பறித்து தின்றோம். எங்கள் பயணத் திட்டங்களில் முக்கியமான மூன்று விஷயங்கள். ஒன்று முடிந்தவரை உள்ளூர்க்காரர்களுடன் பேசுவது, இரண்டு அவ்வப்போது இறங்கி உள்ளே நடந்துசெல்வது. மூன்று நீர் உள்ள இடங்களில் குளிப்பது. போகும் இடத்து வாழ்க்கையில் ஒரு துளியை அள்ளிவந்த அனுபவம் அதன்மூலம் கிடைக்கிறது.

ஆந்திராவில் கிராமங்கள் மிக மிக சிதறி தனித்துக் கிடக்கின்றன. ஆகவே இங்கே பொதுப்போக்குவரத்து லாபகரமாக இல்லை போல. சாலைகளில் பேருந்துகளைப் பார்ப்பது மிகமிக அபூர்வம். போக்கு வரத்துக்கு முக்கியமான வாகனமாக இருப்பது பைக்கின் டீசல் எஞ்சின் உள்ள பெரிய ஆட்டோ ரிக்ஷாக்கள். அவற்றில் ஒன்றில் சாதாரணமாக இருபதுபேர் செல்கிறார்கள். ஆணும்பெண்ணும் குழந்தைகளும். ஆந்திர கிராமங்களில் கடுமையான வறுமை உள்ளது. காட்டுக் கிளைகளை முடைந்து செய்யப்பட்ட தட்டிமீது செம்மண் குழைத்துப்பூசி சுவர்கள் கட்டி புல்கூரை வேய்ந்த சிறு குடிசைகள். சிலசமயம் வட்டவடிவிலும் எண்கோண வடிவிலும் கூட குடிசைகள் இருந்தன. ஓட்டுவீடுகள் இன்னும் பரிதாபகரமானவை. மூங்கில் பரப்பு மீது குழாய்வடிவ நாட்டு ஓடுகளை அடுக்கிக் கட்டப்பட்ட தாழ்வான குடிசைகள் அவை. மக்கள் கிழிசல்கள் உடுத்து மெலிந்து கன்னங்கள் ஒட்டி பஞ்சை விழிகளுடன் போகும் வாகனங்களைப் பார்த்து அமர்ந்திருக்கிறார்கள். தெலுங்கானா ராயல சீமாவை விடவும் வறுமையானது.

கைவிடப்பட்ட கிராமங்களைக் கண்டு செல்லும்போது இங்கே வன்முறை உருவாவதில் ஆச்சரியமேதும் இல்லை என்ற எண்ணம் ஏற்பட்டது. கரீம்நகர் மானையார் ஆற்றின் கரையில் உள்ளது. இது கோதாவரியின் கிளை ஆறு. இப்பகுதியை ஆட்சி செய்த சையது கரிமுல்லா ஷா சாகேப் குவாத்ரி என்பவரின் பெயரிலிருந்து

பெறப்பட்ட பெயர். கரீம் நகர் பொதுவாக பழங்குடிகளின் மண். இப்பகுதிகளின் வறண்ட குறுங்காடுகளில் அவர்கள் வேட்டைச் சமூகங்களாகவும் மேய்ச்சல்குழுக்களாகவும் சிதறி வாழ்கிறார்கள். கோண்டுக்கள், கோயர்கள் செஞ்சுக்கள் என்று முப்பதுக்கும் மேற்பட்ட பழங்குடிகளும் முண்டா மொழிக்குடும்பத்தைச் சேர்ந்த நாலைந்து சிறுமொழிகளும் இங்கே இவர்களால் பேசப்படுகின்றன.

இப்பயணத்தில் நாங்கள் உணர்ந்த ஒரு விஷயம் ஆந்திரா எத்தனை பெரிய மாநிலம் என்பதே. தெலுங்கு பேசும் மக்கள் எண்ணிக்கையில் மிக அதிகம். தமிழ்நாடு கர்நாடக பகுதிகளில் வாழ்பவர்களையும் சேர்த்துக்கொண்டால் இன்னும் அதிகம். மத்திய இந்தியாவெங்கும் பரந்துகிடக்கும் இந்த மாபெரும் நிலப்பரப்பை சமமாக ஆள்வது கடினமே. குறிப்பாக வளம்மிக்க கிருஷ்ணா படுகையில் உள்ள கம்மா, காப்பு இன வேளாண் குடிகள் செல்வத்தையும் அதிகாரத்தையும் கைகளில் வைத்துக்கொண்டு இந்நிலத்தை ஆண்டுவருகிறார்கள். அதிகாரப்பரவல் இல்லாத காரணத்தால் தெலுங்கானா முழுமையாகவே கைவிடப்பட்ட நிலையில்தான் உள்ளது. அதனாலேயே இங்கே கிளர்ச்சிகள் உருவாயின. 1951ல் தெலுங்கானாக்கிளர்ச்சி எனப்படும் இடதுசாரிப்புரட்சி வெடித்தது. தெலுங்கானா தனி நாடுபோலவே துண்டிக்கப்பட்டது. அந்தப்போராட்டம் சர்தார் வல்லபாய் பட்டேலால் நசுக்கப்பட்டது. ''வீரத்தெலுங்கானா'' என்ற பி.சுந்தரரய்யாவின் பெரும் நூல் தமிழாக்கத்தில் கிடைக்கிறது. இப்போராட்டத்தைப்பற்றிய மிகச்சிறந்த ஆவணம் அது.

ஒடுக்கப்பட்ட அந்தக் கிளர்ச்சியின் சினமே இடதுசாரி தீவிரவாதமாக வடிவம் கொண்டது. இப்போது அது தெலுங்கானா என்ற தனிமாநிலக் கோரிக்கையாக வடிவம் கொண்டுள்ளது. தெலுங்கானா தனி மாநிலமாகப்பிரிவது அதன் வளர்ச்சிக்கு இன்றியமையாதது என்ற எண்ணம் இப்பகுதி வழியாகச் செல்லும்போது வலுவாகவே உருவாகிறது. ஆனால் ஆந்திராவின் அதிகார ஜாதிகள் அதை அனுமதிப் பார்களா என்பது ஐயமே. சந்திரசேகர ராவ் போன்ற தெலுங்கானாக் கிளர்ச்சியாளர்கள் அதிகார அரசியலுக்குள் விழுந்துவிட்டார்கள். விஜயசாந்தி போன்றவர்கள் அதை கோமாளிக்கூத்தாக மாற்றிவிட்டார்கள். தர்மபுரியில் இரவு தங்கினால் என்ன என்பதே திட்டமாக இருந்தது. ஆனால் கரீம்நகரில் தங்குவதே சிறந்தது என்றார்கள். அப்பகுதியில் மாவோ கிளர்ச்சியாளர்கள் வண்டிகளை மறிப்பதுண்டாம்.

ஆனால் நாங்கள் இருட்டுவதற்குள் தர்மபுரிக்கு வந்துசேர்ந்தோம். வரும் வழியில் ஒரு சாமியார் பைக்கில் சென்றார். அகோரி மரபைச் சேர்ந்தவர். கரிய உடை அணிந்திருந்தார். நாங்கள் சந்தித்ததிலேயே நல்ல ஆங்கிலம் பேசியவர் அவர்தான். இனிமையாகப்பேசி அவ்ழி

சொன்னார். வசந்தகுமார் ஃபோட்டோ எடுத்தபோது புன்னகையுடன் ஒரு கணம் நின்றார். வாழ்த்தி விடைபெற்றார்.

தர்மபுரியில் நரசிம்ம மூர்த்திக்கு கட்டப்பட்டுள்ள ஆலயம் தொன்மை யானது. சிறப்பும் வாய்ந்தது. தர்மபுரி ஒருகாலத்தில் வைதீகபிரா மணர்களின் மிகப்பெரிய மையமாக இருந்துள்ளது. தொன்மையான சமஸ்கிருதப்பள்ளி இப்போதும் செயல்பட்டுவருகிறது. இங்கே கோதாவரி ஓடுகிறது. வழக்கமாக ஆந்திர நதிகள் கிழக்குநோக்கி ஓடும்போது இங்கே கோதாவரி தெற்கு நோக்கி ஓடுவதனால் அதை தட்சிணவாஹினி என்கிறார்கள். இப்பகுதியை ஆண்ட தர்மவர்மன் என்ற மன்னரின் பெயரால் இந்த ஊர் இவ்வாறு அழைக்கப்படுகிறது. சிவனும் விஷ்ணுவும் ஒரே ஊரில் இருப்பதனால் இதை ஹரிஹர க்ஷேத்ரம் என்றும் சொல்வார்கள். காகதீய ஆட்சிக்காலம் வரை தர்மபுரி செழித்திருந்தது. பின்னர் பாமினி சுல்தான்களின் ஆட்சிக்கு போய்விட்டது.

நைஜாம் ஆட்சிக்காலத்தில் தர்மபுரியை புரந்துவந்த பொருளியல் கட்டமைப்பு தகர்ந்தது. அப்பகுதியில் இருந்த எல்லா கோயில்களும் இடிக்கப்பட்டு கைவிடப்பட்டு மறைந்தன. ஆனால் தர்மபுரி பிராமணர்கள் பிடிவாதமாக அந்த நகரத்தை தக்கவைத்தனர். மழைமாசங்களான சாதுர்மாஸ்யம் தவிர பிற மாதங்கள் அவர்கள் ஊர் ஊராகச் சென்று தானம்பெற்று அந்தசெல்வத்தை தங்கமாக மாற்றி பற்களாகக் கட்டிக் கொண்டும் விழுங்கி குடலுக்குள் வைத்துக் கொண்டும் திரும்பி வந்து சேர்வார்களாம். தமிழ்நாடு வரைகூட வந்து தானம்பெற்றிருக்கிறார்கள். வறுமை மற்றும் கைவிட்டுவிட்டுச் செல்லும் வாழ்க்கை காரணமாக தர்மபுரி பிராமணர்களுக்கு பெண்கள் கிடைப்பது கஷ்டமாம். ஆகவே அவர்கள் பெரும்பாலும் பெண்களை தானமாகப்பெறுவார்கள். நற்பெயரின்மை உடலூனம் நோய் காரணமாக மணமாகாதுள்ள பெண்களை அவர்கள் விரும்பி பெற்றுக் கொண்டிருக்கிறார்கள். அப்பெண்களை அவர்கள் அங்கே கொண்டு வந்துசேர்ப்பதும் எளிது. ஊனமுற்ற பெண்ணை தர்மபுரிக்கு தள்ளி விடுவது என்ற சொல்லாட்சி உண்டாம். அவர்கள் தமிழ்நாட்டுக்கு வந்து பெண்ணெடுப்பதும் வழக்கமாம். அங்குள்ள தர்மபுரி என்று எண்ணி அவர்களும் பெண் கொடுப்பார்களாம். சாதுர்மாஸ்யத்தில் நாலைந்து விருந்துகள் நடத்தி நன்றாக சாப்பிட்டு ஆசையை தீர்த்துக் கொள்வார்கள்.

இப்போது தர்மபுரி மீண்டும் வைதிக முக்கியத்துவம் கொண்ட ஊராக உள்ளது. கோதாவரியில் நீராடுவது முக்கியமான சடங்காகையால் நிறைய யாத்ரீகர்கள் வருகிறார்கள். நாங்கள் சென்றது மழைக் காலமாதலால் கூட்டமில்லை. நேராக ஊருக்குள் சென்றோம். பழைய

பாணியிலான வீடுகள் நிறைய இருந்தன. வளையோடுகள் போடப் பட்ட சிறிய ஆனால் அழகிய வீடுகள். மழைபெய்து ஊரே சொதசொத வென்றிருந்தது. கோயிலுக்குச் சொந்தமான விடுதியில் தங்கினோம். இரு இரட்டை அறைகள் ரூ. 120 வீதம். வசதியான அறைகள்தான். நான் துணிகளை துவைத்துப் போட்டேன். இரவு ஒரு மணி வரை நிகழ்ச்சிகளை எழுதினேன்.

மற்ற நண்பர்கள் சாப்பிடச்சென்றார்கள். மதுரைக்காரரான ராமர் சாலையோர உணவுக்கடை போட்டிருந்தார். தட்டி போட்டு சிறு கூரை. இட்டிலி தோசை எல்லாம் கொடுத்தார் என்றார்கள். எனக்கு வாழைப்பழம் வாங்கி வந்தார்கள். ராமரின் அப்பா இங்கே வந்து சாலையோர உணவுவணிகம் செய்பவர் பையன்களை எல்லாம் கொண்டுவந்தாராம். எல்லாருமே இங்குள்ள ஊர்களில் இதே தொழில் தான் செய்கிறார்கள். இதை நாங்கள் கவனித்தோம். ஆந்திரா முழுக்க தமிழர்கள் தொழில் வணிகங்களில் ஈடுபடாத சிற்றூர் கூட இல்லை. பெரும்பாலானவர்கள் மதுரை சிவகாசி விருதுநகர் பகுதிகளைச் சேர்ந்தவர்கள். வறண்டநிலம் அது. அங்கே பிழைப்புக்கு வழியில்லாமல் இடம்பெயர்ந்தவர்கள். வந்த இடங்களில் செட்டும் சிக்கனமுமாக வணிகம் செய்து சற்று நல்ல நிலையில்தான் இருக்கிறார்கள்.

இது ஒரு முக்கியமான விஷயம். அறுபதுகளில் மலையாளிகளுக்கு உருவான கட்டாயம் இப்போது இவர்களுக்கு உருவாகியிருக்கிறது. இங்கு ஆந்திராவில் உள்ள ஏழைகள் பிற இந்திய கிராமத்தவர் போல தங்கள் சிறிய வாழ்க்கைக்குள் மன அளவில் பொருந்தி கனவுகள் இல்லாமல் திட்டங்கள் இல்லாமல் வாழ்கிறார்கள். சராசரி கிராமத்து தமிழருக்கு நடுத்தர வர்க்கத்துக்குரிய கனவுகள் வந்துவிட்டன. பிள்ளைகளை ஆங்கிலம் படிக்க வைக்க வேண்டும், பணம் சேர்க்க வேண்டும், நல்ல எதிர்காலம் வேண்டும் என்ற கனவுகள். ஆகவே அவர்கள் புது வாய்ப்புகளை தேடி இடம்பெயர்கிறார்கள். டெல்லி மும்பை கல்கத்தா பெங்களூர் ஹைதராபாத் என பல்லாயிரக்கணக்கில் தமிழர்கள் இல்லாத இடமே இல்லை.

ஆகவே ஒரு அகில இந்திய கண்ணோட்டமும் அதற்கேற்ற அரசியல் நிலைப்பாடுகளும் நம்முடைய அரசியல் வாதிகளுக்கு தேவைப் படுகிறது. இந்தியாவில் ஒருபோதும் பிரிவினைவாதம் பேசக்கூடாத வர்கள் தமிழர்களே. அது பிற மாநிலங்களில் வாழும் லட்சக்கணக்கான தமிழர்களை அடகு வைத்துச் செய்யப்படும் அதிகாரச் சூதாட்டம். காவேரிப் பிரச்சினையை அதிகார மட்டத்தில் தீர்க்க பற்பல வழிகள் இருந்தும் தெருவுக்குக் கொண்டுவந்த தமிழ் அரசியல்வாதிகள் கர்நாடகத்தின் நிலம் வாங்கி வாழ்ந்த பல்லாயிரம் தமிழர்களை மூன்று தலைமுறை உழைப்பை இல்லாமலாக்கி அனாதையாக்கினார்கள்.

அந்த நிலை பிற மாநிலத் தமிழர்களுக்காவது வராமலிருக்க வேண்டும். தமிழ்நாட்டில் சிறிய பிழைப்பு அரசியல்வாதிகளும் நடிகர்களும் போடும் எளிய கூச்சல்கள் கூட பாரதூரமான விளைவுகளை உருவாக்கும். உள்ளூரில் பிழைக்கவும் வழியில்லை போகிற இடத்திலும் பிழைக்க விடமாட்டார்கள் அரசியல்வாதிகள் என்றால் எவ்வளவு கொடுமை. இப்போது இங்குள்ள தமிழர்கள் இங்குள்ள மக்களுடன் இரண்டறக் கலந்து வாழ்கிறார்கள்.

காலையில் தர்மபுரி கோயிலுக்குச் சென்றோம். மிகச்சாதாரணமான சமீபத்திய கோயில். ஆனால் ஒரு மண்டபம் மட்டும் மிகத்தொன்மை யானது - சிவப்புக்கல்லால் காகதீய பாணியில் கட்டப்பட்டது. அதுகூட எடுத்துக்கட்டப்பட்டதுதான். தூண்கள் அளவுக்கு கூரை பழைமை யானதல்ல. சீக்கிரமே கிளம்பிவிட்டோம். குடிநீர் வாங்குவதற்கு ராமர் ஏற்பாடு செய்தார். நாக்பூர் வழியில் ஒரு சிற்றூரில் ராமரின் உறவினர் நடத்தும் கடைக்குச் சென்றபோது அவர் ஒரு பையனை அனுப்பி சுத்தநீர் தொழிற்சாலையில் இருந்தே வாங்கிக் கொடுத்தார். இருபது ரூபாய்க்கு இருபது லிட்டர். அவரது மனைவிக்கு எங்களைப் பார்த்ததில் பெரு மகிழ்ச்சி.

- 13 -

நாக்பூர் போபால்

தர்மபுரியிலிருந்து காலையில் கிளம்பி வெயில் வெள்ளியாகிக் கொண்டிருந்தபோது அடிலாபாத் போகும் வழியை விசாரித்தபடியே சென்றோம். இதற்குள் வழிகேட்பது எங்களுக்கு ஒரு கலையாகவே ஆகிவிட்டிருந்தது. வழிகேட்பது சுலபம்தான். ஊர்பெயரை கேள்வித் தொனியுடன் சொன்னால் போதும். என்ன சிக்கல் என்றால் நாம் ஓர் ஊர் பெயரைச் சொல்லும் உச்சரிப்பு அந்த ஊரில் வழக்கமே இருக்காது. மேலும் உள்ளூர்வாசிகள் பலர் வரலாற்று இடங்களைக் கேள்வியே பட்டிருக்க மாட்டார்கள். கிராமவாசிகள் பெரும்பாலும் பெரியநகரங் களுக்குச் செல்லும் வழியை அறிந்திருப்பதில்லை. அவர்களால் அருகே உள்ள ஒரு ஊரைத்தான் அடையாளம் கண்டு வழிகாட்டமுடியும்.

பாமினி சுல்தானாக இருந்த அடில்ஷாவின் பெயரால் அமைந்த நகரம் இது. அடிலாபாத் சந்திரகுப்த மௌரியர் காலத்திலேயே இருந்துள்ளது. முகலாயர் ஆட்சியிலும் சாளுக்கியர் சாதவாகனர் ஆட்சியிலும் அது முக்கியமான ஊராக இருந்துள்ளது. அடில்ஷா அதை புதுப்பித்தபின் அவரது பெயராலேயே அறியப்பட்டது. அடிலாபாத்தை புயல்வேகத்தில் கடந்துசென்றோம். இந்த ஊரில் ஆந்திரப் பண்பாட்டு எல்லை வரம்பு இருப்பதாகத் தோன்றியது. மராத்தி பண்பாட்டுக்கூறுகள் கண்ணுக்குப்பட ஆரம்பித்தன. குறிப்பாக உணவில்தான் பண்பாட்டு மாற்றம் முதலில் கவனத்துக்கு வருகிறது.

ஆந்திராவில் நுழையும்போது தமிழக உணவையே உண்ணும் எண்ணம் இருக்கும். எண்ணெயும் காரமும் மெல்லமெல்ல தூக்கலாகிக் கொண்டே வருகின்றன. அரிசி சன்னமாகவும் மென்மையாகவும் இருக்கிறது - சாதாரணமான ஓட்டலின் அளவுச்சாப்பாட்டிலேயேகூட. பழைய பயணங்கள் அளவுக்கு ஆந்திராவின் நல்ல உணவை நாங்கள் சாப்பிடவில்லை என்றே சொல்ல வேண்டும். ஆனாலும் நல்ல சாப்பாடுகள் சில அமைந்தன. தெலுங்கானாவில் நுழைந்தபோது ருசி மாறுபட ஆரம்பித்தது. கூட்டுகள் வடக்கத்தி சப்ஜி போல இருந்தன. மகாராஷ்டிர உணவு கோதுமையும் அரிசியும் சமமாகக் கலந்தது. உருளைக்கிழங்கு முக்கியமான இடத்தை அதில் வகிக்கிறது. அடிலாபாதுக்கு அப்பால் மகாராஷ்டிரா ஆரம்பமாகிறது. எங்கள் திட்டப்படி நாங்கள் மகாராஷ்டிரத்துக்குள் அதிகம் செல்வதில்லை. சிறிய ஒரு நிலப்பகுதியே மகாராஷ்டிரம் எங்கள் வழியில். நாக்பூர் தாண்டினால் மத்தியப்பிரதேசத்துக்குள் நுழைந்துவிடுவோம்.

''அப்பாடா ஆந்திரா தாண்டியாச்சு'' என்றார் சிவா. ஆந்திரா மிகப்பெரிய மாநிலம். செல்லச்செல்ல வந்தபடியே இருந்தது நிலம். அதை மூன்று மாநிலங்களாக பிரித்தால்கூட தகும். ஆந்திரா முழுக்க நாங்கள் கவனித்த விஷயம் இரண்டு. ஒன்று மக்களின் மனம் நிறைந்த நட்பு, பணிவு. ஒரு விதிவிலக்கு கூட கிடையாது. இரண்டு, எல்லாமே அங்கே விலைகுறைவுதான். விடுதிகள், உணவு எல்லாமே மலிவு. ''...ஆந்திராவை ரொம்பப் பிடிச்சு போச்சு சார்'' என்றார் செந்தில். அதை எல்லாருமே ஒப்புக்கொண்டோம்.

நாக்பூர் மத்திய இந்தியாவின் மாபெரும் நகரம். அது ஒரு முக்கியமான பண்பாட்டு மையமும்கூட. இந்திய வரலாற்றில் நாக்பூருக்கும் கல்கத்தாவுக்கும் இடையே ஒரு விசித்திரமான உறவுண்டு. அவை தராசின் இரு தட்டுகள் போல. கல்கத்தா புதுமைமோகம், ஐரோப்பியமயமாதல் ஆகியவற்றுக்கான வேகம் கொண்டது. நாக்பூர் மரபுசார்ந்த நோக்கு, இந்தியத்தன்மைக்கான பிடிவாதம் ஆகியவை கொண்டது. ஆரம்பகால காங்கிரஸ்காரர்களில் வங்காளிகளில் மிதவாத நோக்குள்ள கனவான்கள் என்றால் திலகர் கடுமையான மரபு நோக்குள்ள போராளி. கல்கத்தா கம்யூனிசத்தை நோக்கிச் சென்றபோது நாக்பூர் இந்துமகாசபையையும், ஆர்.எஸ்.எஸ் இயக்கத்தையும் உருவாக்கியது. ஆர்.எஸ்.எஸ்ஸின் தலைமையகம் இங்குள்ளது. அம்பேத்கார் பௌத்தத்தை தழுவிய தீக்ஷா பூமியும் இங்குள்ளது. அங்கு நாடெங்குமிருந்து பௌத்தர்கள் வந்து வணங்குகிறார்கள்.

கன்ஹன் ஆற்றின் துணையாறான நாக் ஆறு ஓடுவதனால் இந்நகருக்கு இப்பெயர். பழைய நாக்பூர் ஆற்றங்கரையில் இருக்கிறதாம். நாக்பூரின் சிறப்பு ஆரஞ்சுகளும் சப்போட்டாப்பழங்களும்தான். நாங்கள் சென்ற

காலகட்டம் இரண்டுக்கும் சீசன் இல்லை. ஆகவே வேகமாக நாக்பூரைக் கடந்து மறுபக்கம் சென்றுவிட முடிவெடுத்தோம். இந்தியாவிலேயே அதிக வெப்பமுள்ள பகுதிகளில் ஒன்று நாக்பூர். கோடைகாலத்தில் நாக்பூர் உலை போல இருக்கும். ஏப்ரல் மாதத்தில் டெல்லி சென்னை ரயிலில் வருபவர்கள் இரண்டாம் நாளில் மதியத்தில் நாக்பூர் வருவார்கள். அப்போது ரயில் கூரையைத் தொட்டால் தோசைக்கல் போலிருக்கும்.

செப்டம்பரில் நாக்பூரில் மழைக்காலம். சூடே இல்லை. நாக்பூர் பசுமையும் அழகுமாக ஒரு அதிநவீன நகரம்போலிருந்தது. சொல்லப் போனால் கோவாவுக்குள் நுழைந்த உணர்வே உருவானது. பெரும் பாலான கட்டடங்கள் புதிதாக அழகாக இருந்தன. சுத்தமான பெரிய சாலைகள். சாலைநடுவே அழகிய செடிவரிசை. நகரின் சுத்தத்துக்கு ஒரு காரணம் இருப்பதாக தோன்றியது. சுவரொட்டிகள் அனேகமாக இல்லை. முறைப்படுத்தப்பட்ட விளம்பரத்தட்டிகளே இருந்தன. நாக்பூருக்குள் நாங்கள் செல்வதற்கு முன்புதான் சற்றே மழை பெய்திருந்தது. ஈரமான சாலையில் சென்ற குளித்த கார்களையும் மழைத்துளி படிந்த முகம் கொண்ட அழகிய பெண்களையும் பார்த்துக் கொண்டு சென்றோம்.

ராஷ்டிரகூட மன்னர்களின் முக்கியமான நகர்களில் ஒன்றாக விளங்கிய நாக்பூர் அவர்களுடைய தென்னக வாசலாகும். பின்னர் தேவகிரியின் யாதவமன்னர்களின் கீழ் இது விளங்கியது. மராட்டிய எழுச்சிக்குப் பின்னர் மராட்டிய அரசின் படைநகர்களில் ஒன்றாக பிரிட்டிஷ் அரசு உருவாகும்வரை விளங்கியது. மகாராஷ்டிரத்தின் வணிகத்தலைநகர் மும்பை, பண்பாட்டுத்தலைநகர் பூனா, அரசியல்தலைநகர் நாக்பூர். ஆனால் நகரங்களில் எங்களுக்கு ஆர்வமிருக்கவில்லை. அம்பேத்காரின் துறவுநிலையத்தைப் பார்க்க எனக்கு ஆசையிருந்தது. ஆனால் நகருக்குள் நுழைந்து வெளியேற பலமணிநேரமாகிவிடும். ஆகவே நகரத்தை மேலோட்டமாகப் பார்த்தபடி கடந்து சென்றோம்.

மத்தியப்பிரதேசத்தில் ஓர் எல்லையில் இரவு ஒன்பதுக்கு மேல் வாகனங்கள் செல்ல அனுமதி இல்லை, வனவிலங்கு நடமாட்டம் உண்டு என்று எழுதியிருந்தார்கள். ஆனால் அப்படிப்பட்ட நிலம் அல்ல அது. நக்சலைட்டுகளை அஞ்சித்தான் அப்படி எழுதி வைத்திருக் கிறார்களாம். அதன்பின் அங்குள்ள மக்களை அரசாங்கம் மாவோயிஸ்டுகளுக்கு கொடுத்திருக்கிறது. காட்டுக்குள் சென்று கொண்டிருந்த ஒரு கிழவரை நிறுத்தி பேசினோம். பரிதாபகரமான தோற்றம். தலையில் விறகு. வயது தொண்ணூறுகூட இருக்கலாம். பெயர் சென்னினெல்லி பீமாலு. காட்டுக்குள் கொஞ்சம் சோளம் நட்டிருக்கிறார். காட்டு வேளாண்மையில் பறவைகள் மிருகங்களை

தடுப்பதென்பது மிகமிக கடுமையான உழைப்பு தேவைப்படும் வேலை. எந்நேரமும் ஒரு ஆள் அருகே இருந்தாக வேண்டும். பீமாலுவுக்கு என்ன கிடைக்கும் என்றே தெரியவில்லை.

மத்தியப்பிரதேசத்துக்குள் மதியம்தாண்டித்தான் நுழைந்தோம். பல இடங்களில் நின்று வேடிக்கை பார்த்துக்கொண்டு வந்தோம். மத்தியப் பிரதேசத்தின் நிலத்தின் சிறப்பியல்பு அதன் ஏற்ற இறக்கங்கள்தான். பெரிய அலைகளாக பூமி பரந்து கிடக்கும். பதின்பருவத்துப்பெண் மார்பகங்கள் போன்ற சிறு குன்றுகள். வழக்கமாக கருகி கருமண் புகைந்து கிடக்கும் அந்நிலம் மழையில் பச்சை பொலிந்து மனதை பரவசப்படுத்தும் விரிநிலக்காட்சியாக மாறிவிட்டிருந்தது. இறங்கிப் பார்த்தால் எல்லாம் பார்த்தீனியச் செடிகள். ஆடுகள் இப்போது இச்செடிகளைத் தின்பதற்கு பழகிவிட்டிருந்தன.

நிலம் மாறிவிட்டதென முதலில் காட்டியவை மாடுகள். அதுவரை தெரிந்த குட்டைக்கொம்புள்ள - அல்லது கொம்பே இல்லாத- வெள்ளை மாடுகள் மாறி சிவப்பாக செம்மறி ஆடுகள்போல முன்பக்கம் சுருண்ட சப்பைக் கொம்புள்ள மாடுகள் கூட்டம் கூட்டமாகச் சென்றன. டீ மூன்றுரூபாயாகவே நீடித்தது. காந்திபாணி தொப்பிகள் பஞ்சகச்ச வேட்டிகள் வர ஆரம்பித்தன. ஆனால் சாலையில்செல்லும்போதுகூட நம்மை வேறு கிரகத்து மக்களைப் பார்ப்பதுபோல கண்களைச்சுருக்கி விசித்திரமாகப் பார்த்துச் சென்றார்கள்.

நர்மதை நதியை மாலை மூன்றுமணியளவில் கண்டோம். மழைநீர் பெருகி இரண்டு கிலோமீட்டர் அகலத்துக்கு சென்றுகொண்டிருந்தது. இரு நீளமான பாலங்கள். ஒன்று ரயிலுக்கு. கார் பாலத்தில் சில பிராமணர்கள் குடுமியுடன் காரிலிருந்து இறங்கி தேங்காய் உடைத்து பூஜை செய்து கும்பிட்டு மலர்களுடன் பாதி தேங்காயை கீழே விட்டார்கள். ''நல்ல விசயம் ஜெயன், நதியை கும்பிடுறது. இது ஒண்ணு இல்லேன்னா இங்க ஏது வாழ்க்கை?'' என்றார் வசந்தகுமார். காரிலேயே இறங்கி ஒரு சிறு மீனவக்குப்பம் வழியாக நர்மதை நதிக்கரைக்கு வந்தோம். சிறு தகர - ஓட்டு வீடுகளில் பெரும்பாலான வற்றில் மீன்வலைகளை சரிசெய்து கொண்டிருந்தார்கள். நர்மதைமேல் மீன்பிடிபடகுகள் சென்றன. படித்துறை உடைந்திருந்தது.

நீரிலிறங்கி நீந்தி;டீ திளைத்து குளித்தோம். காரிலேயே இருந்த சலிப்பு களைப்பு எல்லாமே நீங்கியது. கரையோரம் ஆழமும் இழுப்பும் அதிகமில்லை. ஆகவே நீருக்குள் அடித்தரையில் மென்மையான சேறு இருந்தது. செந்திலின் இடுப்புத்துண்டை நர்மதை பிடுங்கிச்சென்று விட்டது. 'நல்ல விஷயம்தான், பாபநாசினிகளில் குளிக்கும்போது கடைசி துணியையும் விட்டுவிட்டு நிர்வாணமாக கரையேற வேண்டும்' என்றேன். உற்சாகமாக ஒரு மணி நேரம் குளித்தோம்.

இரவு ஒன்பது மணிக்கு புண்டார்னே என்ற ஊரை அடைந்தோம். போபாலுக்குச் சென்றுவிடலாமென எண்ணினாலும் முடியவில்லை. ஒரு விடுதியில் வாடகைக்கு அறை கேட்டோம். இந்தியும் யாருக்கும் தெரியாது. மத்தியப்பிரதேசத்தின் முதல் அனுபவம் எவருக்கும் அரிச்சுவடி அளவுக்குக் கூட ஆங்கிலம் தெரியாது என்பது. பாண்ட் சட்டைபோட்டு பைக்கில் செல்பவருக்குக் கூட ஆரம்பகட்ட ஆங்கில வார்த்தைகள் தெரியவில்லை. விடுதி ஆள் இரண்டு ஏஸி - இரட்டை அறையும் ஒரு ஒற்றை அறையும் இருக்கிறது என்றான். இரட்டை அறைக்கு ஐந்நூறு ரூபாய் வீதம் வாடகை. ஒற்றை அறைக்கு இருநூறு ரூபாய். நம் ஆட்கள் அறிவுபூர்வமாக பேசி ஒரு ஏஸி இரட்டை அறையும் ஒரு ஒற்றை அறையும் எழுநூற்று ஐம்பது ரூபாய்க்கு தர முடியுமா என்று பேரம் பேசினார்கள். அவன் உடனே அதிக படுக்கை போடக்கூடாது என்றான். மேலும் பேசினால் ஒரு குப்பை அறையைக் காட்டி அதில் தங்கும்படிச் சொன்னான். மோசடிசெய்வதே அவனுடைய நோக்கமாக இருந்தது.

வேறு அறை தேடினோம். இன்னொரு விடுதி பேருந்து நிலையம் அருகே இருந்தது. பெயர் கிடையாது, விடுதி அவ்வளவுதான். அங்கே முகப்பறையில் ஏழுபேர் கட்டிலில் அமர்ந்து சாராயம் குடித்துக் கொண்டிருந்தார்கள். அதன் வழியாக உள்ளே சென்று வழுக்கும் படிகளில் ஏறினால் உள்ளே இடுங்கலான சிறிய அறைகள். சுவர்களில் சிமெண்ட் பூச்சு இல்லை. தரை உடைந்த சிமெண்ட் பூச்சு. பொது கக்கூஸ். எங்களைப் பார்த்து பேராசையாக வாடகை கேட்க வேண்டும் என்று முடிவுசெய்து தலைக்கு முப்பது ரூபாய் என்றான். பத்து ரூபாய்க்கு குறைக்க முடியும். ஆனால் கக்கூஸைப்பார்த்து குலைநடுங்கிப் போய் வந்துவிட்டோம். பயங்கரமான நிழல் உலக கதைகளில் வருவதுபோன்ற இடம்.

அதைவிட சற்றே பரவாயில்லை வகையிலான விடுதி ஒன்று கிடைத்தது. தலைக்கு நாற்பது ரூபாய் கணக்கு. இடுங்கலான அறையில் மூன்று கட்டில்கள். மழைபெய்ததனால் புழுக்கம் இல்லை. கோடையில் என்ன செய்வார்கள் என்றே தெரியவில்லை. தேசிய நெடுஞ்சாலையோரம் மாடியில் ஒரு ஓட்டலுக்கு உள்ளே போய் அறைகளுக்குச் செல்ல வேண்டும். 30 ரூபாய்க்கு வயிறு நிறைய சப்பாத்தி சாப்பிட்டார்கள். நான் பழம் வாங்கப்போனேன். எட்டரை மணிக்கு ஊரடங்கிவிட்டிருந்தது. பேருந்து நிலையம் முன் ஒருவனிடம் ஆப்பிள் வாங்கினேன். நான் எந்த ஆப்பிளை எடுத்துக் கொடுத்தாலும் அதை எடை பொருந்தவில்லை என்று வைத்துவிட்டு ஓர் அழுகலை எடுத்து வைப்பான். அவனிடம் பேசி சண்டை போட்டு ஆப்பிள் வாங்கி வந்தால் இரண்டு ஆப்பிள் அழுகல்.

ஓட்டல் ஊழியர்கள் இரவு 12 மணிக்கு சப்பாத்தி சாப்பிடுவதைக் கண்டேன். அதன் பின் அவர்கள் இரும்புக்கட்டில்களை விரித்துப் போட்டு படுத்துக் கொண்டார்கள். நான் அறையில் சட்டை பாண்ட் துவைத்து காயப்போட்டுவிட்டு படுத்து தூங்கிவிட்டேன். காலையில் 5 மணிக்கே எழுந்து அவசர அவசரமாக கழிப்பறைக்கு ஓடினோம். இரண்டு கழிப்பறைகள். ஆனால் அங்கே முப்பது பேர் இருந்தார்கள். டீ குடிக்கலாமென பேருந்துநிலையம் வரை சென்றேன். ஊரே அடங்கிக்கிடந்தது. மாவா என்ற புகையிலைப்பொடி விற்கும் கடை மட்டுமே திறந்திருந்தது. பேருந்து நிலையத்தில் எட்டு பேருந்துகள் மட்டுமே. எங்குமே டீ இல்லை.

மீண்டும் ஒருமணி நேரம் கழித்து டீ குடிக்கச் சென்றபோது வாழைப்பழம் கிடைத்தது. அங்கும் அதே உத்தி. நாம் எதைக் காட்டினாலும் என்ன சொன்னாலும் விற்பனையாளன் சர்வ சகஜமாக நாம் சொல்வதையே செய்வதுபோல அழுகல் பழங்களை மட்டுமே எடுப்பான். பொறுமை பறந்துவிட்டது. வழக்கம்போல நாலு பழம் அழுகல்.

ஏழரை மணிக்கு போபாலுக்குக் கிளம்பினோம். சாலையோரத்துப் பசும்புல் படர்ந்த குன்றுகள் வால்பாறை மலையுச்சி புல்வெளிகள் போலிருந்தன. இறங்கி பார்த்துக் கொண்டிருந்தபோது திருச்சிக் காரரான சுரேஷ் பைக்கை நிறுத்தி பேசினார். தமிழ்நாட்டு பதிவெண் பார்த்தாராம். அங்கே ஆழ்துளைக்கிணறு போடும் வேலை செய்கிறார். நாக்பூருக்கு சாமான் வாங்க பைக்கில் செல்கிறாராம். பைக்கிலேயே திருச்சிக்குப் போவதுதான் வழக்கம் என்றார். சாகஸக்காரர். விரைவி லேயே பணம் சம்பாதித்துவிடுபவராக தெரிந்தார். உற்சாகமாக மத்தியப்பிரதேசம் பற்றிப் பேசினோம். ‘நல்ல வேளையில் வந்திருக்கீங்க. ஏப்ரலில் இதெல்லாம் காய்ஞ்சு பாலைவனமா கிடக்கும்’ என்றார். அங்கே ஆழ்துளைக் கிணறு முழுக்க முழுக்க தமிழர்கள்தான் போடுகிறார்களாம். செந்தில் அவரது பைக்கை வாங்கி ஒருசுற்று ஓட்டிவிட்டு அடித்து திருப்பிக் கொடுத்தார். சுரேஷ் நட்புடன் பேசி விடைபெற்றார்.

சாய்குன்ரா என்ற கிராமத்தில் ஒரு டீக்கடையில் டீ சாப்பிட்டோம். ஒரு அறுபது வயது அம்மாள் டீ கொடுத்தார். இளமையில் மிக அழகாக இருந்திருக்க வேண்டும். சகுந்தலா என்று பெயர். ‘‘சின்ன வயசில் அவர் அழகை விரும்பிய பலரை மோகிப்பித்திருப்பார். அவர் அழகை பொருட்படுத்தாத ஒருசிலரிடம் மோகம் கொண்டு துயரமும் சிறுமையும் பட்டிருப்பார்...’’ என்றார் கல்பற்றா நாராயணன். ‘‘அழகிகளின் விதி அது.’’ நானும் அதை கவனித்திருக்கிறேன் என்றேன். அழகிகளின் பார்வை அவர்கள் அழகை பொருட்

படுத்தாதவர்களையே பொருட்படுத்துகிறது. அந்த சவாலை எதிர்கொள்ள அவர்களின் அகங்காரம் துடிக்கிறது. சாகசம் ஊடல் சரணாகதி என அந்த முயற்சி முடிவுக்கு வருகிறது.

போபால் வரும் வழியில் மதியம் ஒரு தாபாவில் சாப்பிட்டோம். நல்ல சப்பாத்தி, பருப்புக்கறி எல்லாம்தான். ஆனால் விலை கேட்காமல் சாப்பிட்டுவிட்டோம். போட்டு தீட்டிவிட்டான், 350 ரூபாய். அதற்கு பலவித பாவலாக்கள் செய்தான். மாலையில் போபாலுக்குள் நுழைந்தோம். தூசுக்குள் இருந்தது போபால். சாலையில் செல்லும் பெண்கள் எல்லாம் முகத்தை முழுக்க மூடி கைகளுக்கும் உறைகள் போட்டுச்செல்லும் அளவுக்கு கரி தூசு. சாலைகள் எல்லாமே மண்குவியல்கள், குழிகள். மொத்த நகரமே ஒரு பெரும் குப்பை மேடு.

போபால் மத்தியபிரதேசத்தின் தலைநகரம். இந்தூரை விட்டால் மத்யபிரதேசத்தின் பெரிய நகரம் இது. பார்மார மன்னராகிய போஜரால் ஆயிரம்வருடம் முன்பு உருவாக்கப்பட்ட நகரம் போபால். பீஜ்பால் என்றுதான் இதன் உண்மையான பெயர். போஜ மன்னர் வெட்டிய இரு பெரிய ஏரிகள் இந்நகரத்தின் அடிப்படையாக இன்றும் உள்ளன. ஆனால் அந்த நகரம் சற்றுதள்ளி இருந்ததாம். இப்போதுள்ள நகரம் ஆப்கானிய சுல்தான்களின் படைத்தலைவர்களில் ஒருவரான தோஸ்த் முகமது கான் 1707ல் உருவாக்கியது. போபால் நெடுங்காலம் ஒரு முஸ்லிம் சமஸ்தானமாக இருந்திருக்கிறது.

இந்த சமஸ்தானத்துக்கு ஒரு சிறப்பு உண்டு. 1829 முதல் 1926 வரை தொடர்ச்சியாக இதை அரசிகள், பேகம்கள் ஆண்டிருக்கிறார்கள். குதிஷா பேகம் முதல் அரசி. ஜஹான் பேகம் கடைசி அரசி. அதன் பின்னர் அவரது மகன் ஆட்சிக்குவந்தார். இந்த இயல்பு திருவிதாங்கூருக்கும் உண்டு. இங்கும் பல அரசிகள் ஆண்டிருக்கிறார்கள். பொதுவாக இந்த விஷயத்தை இந்தியவரலாற்றில் நாம் கவனிக்கலாம். அரசிகள் ஆளும் நாடுகள் ஒப்புநோக்க நலம்நாடும் அரசுகளாக இருந்துள்ளன. ராணிமங்கம்மாள், காகதீய அரசி ருத்ராம்பாள், ரஸியா சுல்தான் போன்றவர்களை உதாரணமாகச் சொல்லலாம். திருவிதாங்கூரின் ராணி சேதுலட்சுமிபாயும் நான் அறிந்த சிறந்த உதாரணம்.

ஏனென்றால் அரசிகள் போர்வெறி இல்லாதவர்களாகவே இருந்திருக்கிறார்கள். பழங்காலத்தில் போர்வெறி இல்லாத ஒரு தேசம் இயல்பாகவே நாகரிக வளர்ச்சிபெற்றுவிடும். பேகம்கள் வணிக முக்கியத்துவமும் அதிகாரக் குவிப்பும் இல்லாத போபாலை ஒரு முக்கியமான நகரமாக வளர்த்தெடுத்தார்கள். போபால் மிக வறண்ட நிலத்தில் உள்ளது. பேகம்களினால் வெட்டப்பட்ட ஏராளமான சிறு ஏரிகளினால்தான் அது நகரமாக மாற முடிந்தது. அவர்கள் உருவாக்கிய

பல்வேறு சந்தைகளும் நகரத்தை அப்பகுதியின் மையமாக ஆக்கின என்கிறார்கள். பாகிஸ்தானிலிருந்து அகதிகளாக வந்த சிந்திகள் பெருவாரியாக போபாலில் குடியேறினார்கள். அவர்கள் இந்நகரத்தை ஒரு வணிகத் தலைநகரமாக ஆக்கினார்கள்.

போபாலில் நின்றுபார்க்கும்படி ஏதுமில்லை. ஆனால் எல்லா நகரங்களுமே சிலநாள் வாழ்ந்து பார்க்க ஏற்றவைதான். வெறுமே நகரத்தைப் பார்த்தபடி கடந்துசென்றோம். நவீன இந்தியநகரங்களுக்கே உரிய பிரம்மாண்டமான செல்போன் விளம்பரங்கள். புதிய கார்கள். புதிய ஷோரூம்கள். வேகவேகமாகச் செல்லும் நடுத்தரவர்க்க மனிதர்கள். இருபத்திரண்டு வருடம் முன்பு நான் போபாலுக்கு வந்திருக்கிறேன். அப்போதும் இதுவேகமான வணிகநகரமாகவே இருந்தது. கநாசுவின் கவிதை ஒன்று உண்டு, ‘கஞ்சன்ஜங்கா’ என்று. முப்பதுவருடம் முன்பு கஞ்சன்ஜங்காவைப் பார்த்தேன், இப்போதும் பார்க்கிறேன். அப்படியேதான் இருக்கிறது, என் கண்கள் மட்டும் சற்று மங்கிவிட்டன என்று.

சாஞ்சிக்கு மாலை ஆறு மணிக்கு வந்துசேர்ந்தோம். அரசு விடுதிக்குச் சென்று அறை கேட்டோம். நான்குபேர் படுக்கும் அடுக்குப்படுக்கை அறை மட்டுமே இருந்தது. மேலும் மூவர் படுக்க தலைக்கு நூறு ரூபாய் கேட்டான் அங்கிருந்த ஆபீசர். அவருக்கு ஒரு சொல் ஆங்கிலம் புரியாது. பியூன் வந்து நூறு ரூபாய் என்றதும் இவனும் நூறு என்றான். வேண்டாம் என்று வந்துவிட்டோம். ஜெயஸ்வால் விடுதி என்ற விடுதிக்கு வந்தோம். இது விடுதியே அல்ல. ஜெயஸ்வால் தன் வீட்டு மாடியில் நான்கு அறை கட்டி வாடகைக்கு விட்டு சாப்பாடும் போடுகிறார். நல்ல அறைகள். தலைக்கு நூறு ரூபாய். இரு அறைகளில் ஆறு படுக்கைகள்தான். ஆனால் எழுநூறு ரூபாய் தரவேண்டும். ஜெயஸ்வாலிடம் அதைப்பற்றி விவாதிக்க முடியாது. எப்போதும் எவரையும் ஏமாற்ற தயாராக இருக்கும் வணிகர்கள் மத்தியப் பிரதேசத்தின் ஓர் இயல்பு போலும்.

- 14 -

சாஞ்சி

செப்டெம்பர் 12 ஆம் தேதி காலை சாஞ்சியில் ஜெயஸ்வாலின் விடுதியில் தூங்கி எழுந்தோம். நல்ல களைப்பு இருந்தமையால் தூங்கியதே தெரியாத தூக்கம். அவசரமாகக் குளித்து தயாராகி சாஞ்சி குன்றுமீது ஏறிச்சென்றோம். வெள்ளிக்கிழமையாதலினால் அருங் காட்சியகம் திறக்கப்படாது என்றறிந்தோம். குன்றுக்கு மேலே வரை கார் செல்லும். காலையில் நாங்கள்தான் முதல் பார்வையாளர்கள்.

சாஞ்சி ஸ்தூபியை காரில் வரும்போதே வசந்தகுமார் பார்த்தார். ''சின்னதாக இருக்கிறதே ஜெயன், நான் பெரிசா இருக்கும்னு நெனைச்சேன்'' என்றார். ''பெரிசுதான் வசந்தகுமார்'' என்றேன். உள்ளே நுழையும்போதுகூட அதன் அளவு நமக்கு தெரியாது. நெருங்கிச்செல்லும் தோறும் அது எத்தனை பெரிது என்று தெரியும். பாடப் புத்தகங்களில் அதன் வடிவத்தை அனைவருமே கண்டிருப் பார்கள். மிகப்பெரிய கொட்டாங்கச்சி ஒன்றை கவிழ்த்து வைத்தது போன்ற வடிவம். மேலே ஒரு பீடம் அதன் மீது முக்குடை. பக்கவாட்டில் ஒரு சுற்று நடைபாதை. கீழே பெரிய நடைபாதை. அதைச் சுற்றிச்போடப்பட்ட இரண்டு ஆள் உயரமான கல்லால் ஆன வேலி. அவ்வேலியில் நான்கு பக்கமும் அலங்கார வாசல்கள்.

ஸ்தூபியின் மீது சுதைப்பூச்சு இருந்திருக்கிறது. அது கரைந்துபோய் பெரும்பாலும் வளைவாக அடுக்கப்பட்ட

சாஞ்சி ஸ்தூபி

சிவந்த கல்லே தெரிகிறது. சுதை இருக்குமிடம் கிழக்குதிசை. அங்கே மழை மேற்குச் சரிவாகப் பெய்யும்போலும். சாஞ்சியின் அந்தக்குன்றின் மேல் இருபதுக்கும் மேற்பட்ட சிறிதும் பெரிதுமான ஸ்தூபிகள் இடிந்தும் இடியாமலும் உள்ளன. ஏராளமான சைத்யங்கள் மற்றும் விஹாரங்களின் அடித்தளங்கள் உள்ளன. சாஞ்சியின் குன்றுக்கு கி.மு. 3 ஆம் நூற்றாண்டுமுதல் வரலாறு உண்டு. புத்தர் இங்கே வந்திருக்கிறார். முதல் விஹாரம் கி.மு. இரண்டாம் நூற்றாண்டில் கட்டப்பட்டது. கடைசி கட்டடம் ஏழாம் நூற்றாண்டில். அதன் பின் கைவிடப்பட்டு அழிய ஆரம்பித்து பிரிட்டீஷாரால் மீட்கப்பட்டு பாதுகாக்கப்பட்டது.

இந்தியாவின் பௌத்த சின்னங்கள் எல்லாம் அழியவிடப்பட்டிருந்தன. இப்போது ஜப்பான் மற்றும் பௌத்த நாடுகளின் நிதியுதவியால் அவை அனைத்துமே சிறப்பாக பேணப்படுகின்றன. அஜந்தா குகைகளுக்கு நான் 1985ல் முதலில் சென்றபோது ஓவியங்களை சுரண்டிப் பார்த்தார்கள் சுற்றுலாப்பயணிகள். சுரண்டிய காரை என்று சொல்லி பொட்டலம் கட்டி விற்றார்கள் - ஆண்மை விருத்திக்கு. குகைகளுக்குள் அமர்ந்து பொட்டலச்சோற்றை தின்றார்கள். மனம் கொதித்து நான் தி இண்டியன் எக்ஸ்பிரஸ் நாளிதழுக்கு ஒரு கடிதம் எழுதினேன்.

ஆனால் மீண்டும் குடும்பத்துடன் 2005ல் அஜந்தா சென்றபோது மிகச்சிறப்பாக பேணப்பட்டிருந்தன. ஜப்பானிய நேரடி கண்காணிப்பில்.

அழகிய புற ஊதா ஒளியால் ஓவியங்கள் வெளிச்சமிடப்பட்டிருந்தன. கடுமையான சூழல் பாதுகாப்பும் காவலும் இருந்தது. ஆனால் எல்லோரா கைவிடப்பட்ட நிலையிலேயே கிடந்தது. சில சமண குகைகளில் ஆட்கள் பகலில் வந்து தூங்கிக் கொண்டிருந்தார்கள். சாஞ்சியும் அவ்வாறே முதலில் வந்தபோது அனாதரவாகக் கிடந்தது. இப்போது சர்வதேச பௌத்த சமூகத்தால் மிகச்சிறப்பாகப் பேணப்படுகிறது. நடைபாதைகள் போன்று இப்போது செய்யப்பட்டுள்ள எல்லா மராமத்துப் பணிகளும் சாஞ்சி ஸ்தூபி அமைந்துள்ள அதே சிவந்த கல்லால்தான் செய்யப்பட்டுள்ளன. அழகுணர்வுடன் எல்லா வேலைகளும் செய்யப்பட்டுள்ளன.

1986ல் நான் வந்தபோது போபாலில் இறங்கி மீட்டர்கேஜ் ரயிலில் ஏறி சாஞ்சிக்குச் சென்றேன். ஒரு சந்தையைத் தாண்டியபோது ஏராளமான குரங்குகள் வந்து ரயிலில் ஏறி பயணிகளுடன் கலந்து அமர்ந்து கொண்டன. பயணிகளில் பெரும்பாலானவர்கள் காட்டுக்கு விறகு பொறுக்கச் செல்பவர்கள். யாரும் டிக்கெட் எடுப்பதாகத் தெரியவில்லை. சாஞ்சிசெல்லும் வழி புதர்க்காடுகளினால் ஆனது. ஒரு வளைவில் குரங்குகள் படைபடையாக இறங்கிச் சென்றன. பயணம் முழுக்க என்னருகே ஒரு பெரிய தாய்க்குரங்கு தன் புதல்வனை மடியில் வைத்தபடி சோகமாக அமர்ந்திருந்தது. அன்று சாஞ்சியில் கிட்டத்தட்ட யாருமே பார்க்காத தனிமை வெயிலில் எரிந்துகொண்டிருந்தது.

நான் சாஞ்சிக்கு வந்த அந்த நாளில் ஜெர்மனியிலிருந்து தன்னந்தனியாக இந்தியாவைப் பார்க்கவந்த ஆண்ட்ரியா என்ற பதினெட்டு வயதான இளம்பெண்ணைச் சந்தித்தேன். என்னைவிட உயரம். என்னை விடபருமன். கையில்லாத பனியனும் பைஜாமாவும் போட்டு தோளில் ஒரு மாபெரும் பையுடன் ஸ்தூபத்தின் அருகே இருந்தாள். ஆங்கிலமே அவளுக்கு தெரியாது. தண்ணீர் எங்கே கிடைக்கும் என்று கேட்க நான் என் முனைமழுங்கிய ஆங்கிலத்தில் பதில்சொல்ல நண்பர்கள் ஆனோம். நான் புத்தரைப்பற்றி அவளுக்குச் சொன்னேன். சேர்ந்து அஜந்தா எல்லோரா சென்று அங்கிருந்து குஷிநகரம் சென்றோம்.

நான் பழகிய முதல் வெள்ளைஇனத்துப்பெண். விசித்திரமாக மாறும் மனநிலைகளும், ஆக்ரமிக்கும் தன்மையும் கொண்டவள். தொடர்ந்து சிறு சண்டைகள் வந்தபடியே இருந்தன. எனக்கு பெண்களை, இளம்பெண்களை, அப்போது அதிகப் பழக்கம் கிடையாது. எப்படி பேசுவது என்ன பேசுவதென்று தெரியாது. போகிற போக்கில் நான் அவளுடைய குட்டைமுடியைப்பற்றிச் சொன்ன சொற்கள் அவளை புண்படுத்தி சினம் கொள்ளச் செய்தன. கடைசியில் குஷிநகரில் பிரிந்துவிட்டோம். அப்போது அவள் என்னிடம் சொன்ன சொற்களை வைத்து பல வருடம் கழித்தே அவளை தெளிவாகப் புரிந்துகொண்டேன்.

அவளுக்கு நான் காதலனாக அமைய முயலாததை அவளை அவமதிப்பதாகவே அவள் எடுத்துக் கொண்டாள். அவளுடைய தோற்றம் அல்லது அறிவுத்திறன் பற்றிய ஒரு உதாசீனம் என்னிடம் இருப்பதாக அவளே மிகைப்படுத்திக் கொண்டாள்.

இந்தியப்பெண்களை 'நாகரீகமில்லாத காபிநிற பெண்நாய்கள்' என்று திட்டினாள். ஆனால் அவளுக்கு இந்தியப்பெண்களின் கண்கள் மிக அழகானவை என்ற எண்ணம் இருந்தது. என்னையும் ஜெர்மனிய மொழியில் சரளமாக வசைபாடினாள். ஆனால் கிளம்பிச் செல்லும் போது மீண்டும் மீண்டும் தயங்கினாள். நான் அவளிடம் அன்பாக சில சொற்களைச் சொல்லியிருக்கலாம். ஒரு முத்தமாவது கொடுத்திருக் கலாம். 'நீ ஒருமுறைகூட என்னைப்பற்றி நல்ல சொற்களைச் சொல்ல வில்லை' என்று அவள் சொன்னதை பிற்பாடு எண்ணிக்கொண்டேன். நானல்ல, எல்லா இந்திய இளைஞர்களும் இவ்விஷயத்தில் 'பேக்கு' களாகவே இருக்கிறார்கள். பெண்களிடம் நாம் அவர்கள் விரும்பும் சொற்களைச் சொல்வதேயில்லை. அன்று எனக்கு ஒன்றுமே தெரிந்திருக்கவில்லை என்பதுடன் அப்படியெல்லாம் நினைக்கலாமென் பதே கற்பனைக்கு அப்பாற்பட்டதாக இருந்தது. மேலும் அவள் சருமத்தின் தவிட்டுப்புள்ளிகள் அடர்ந்த வெளிர் நிறம் எனக்கு கொஞ்சம்கூட கவர்ச்சியாக இருக்கவில்லை. பிறகு அவளை மறந்து விட்டேன். பெயர்கூட நினைவில் இல்லை. சாஞ்சி அவள் நினைவு களைக் கிளறியது. முகம் துல்லியமாக நினைவுக்கு வந்தது. குரல்கூட. ஆனால் பெயர் அதுதானா என்ற ஐயம் மிஞ்சுகிறது.

காலையின் மஞ்சள் ஒளியில் சாஞ்சி ஸ்தூபி மனத்தை வணங்கச் செய்தது. அருகே செல்லும்தோறும் அது பெருகி வந்து நம் தலைக்கு மேலெழுந்து நிற்பது ஒரு பெரும் அனுபவம். தோரணவாயிலை நெருங்கி கண் மலர்ந்து அண்ணாந்து நின்றோம். புத்தர் வந்து தன் பேருரைகளை ஆற்றிய இடத்தில் ஞானவெற்றிக்கான ஸ்தூபங்களை நடுவது பௌத்த மரபு. பழங்காலத்தில் அறிஞர்கள் தங்கள் கையிலிருக்கும் கோலை (ஞான தண்டம். அல்லது யோக தண்டம். சங்கராச்சாரியாரின் கையில் இப்போது இதைப்பார்க்கலாம்) ஒரு இடத்தில் நட்டு அதனருகே நிற்பார்கள். அது ஓர் அறைகூவல். அப்பகுதியின் அறிஞர்கள் வந்து அவரை வாதத்தில் வெல்ல வேண்டும். அதற்கு முடியாவிட்டால் அவரது ஞானம் அங்கே நிலைநாட்டப் பட்டுவிட்டதாக பொருள் (நிலைநாட்டுதலென்ற சொல்லே இதுதானோ?) புத்தர் அப்படி நாட்டிய ஞானதண்டம் பிற்பாடு கல்லில் செய்து நாட்டப்பட்டு அதன்பின் அழியாத ஸ்தூபமாக ஆக்கப்பட்டது.

இந்தியாவின் தொன்மையான ஸ்தூபங்கள் நான்கு என்பார்கள். கயா, சாரநாத், சாஞ்சி, அமராவதி. அமராவதியில் இப்போது ஸ்தூபம்

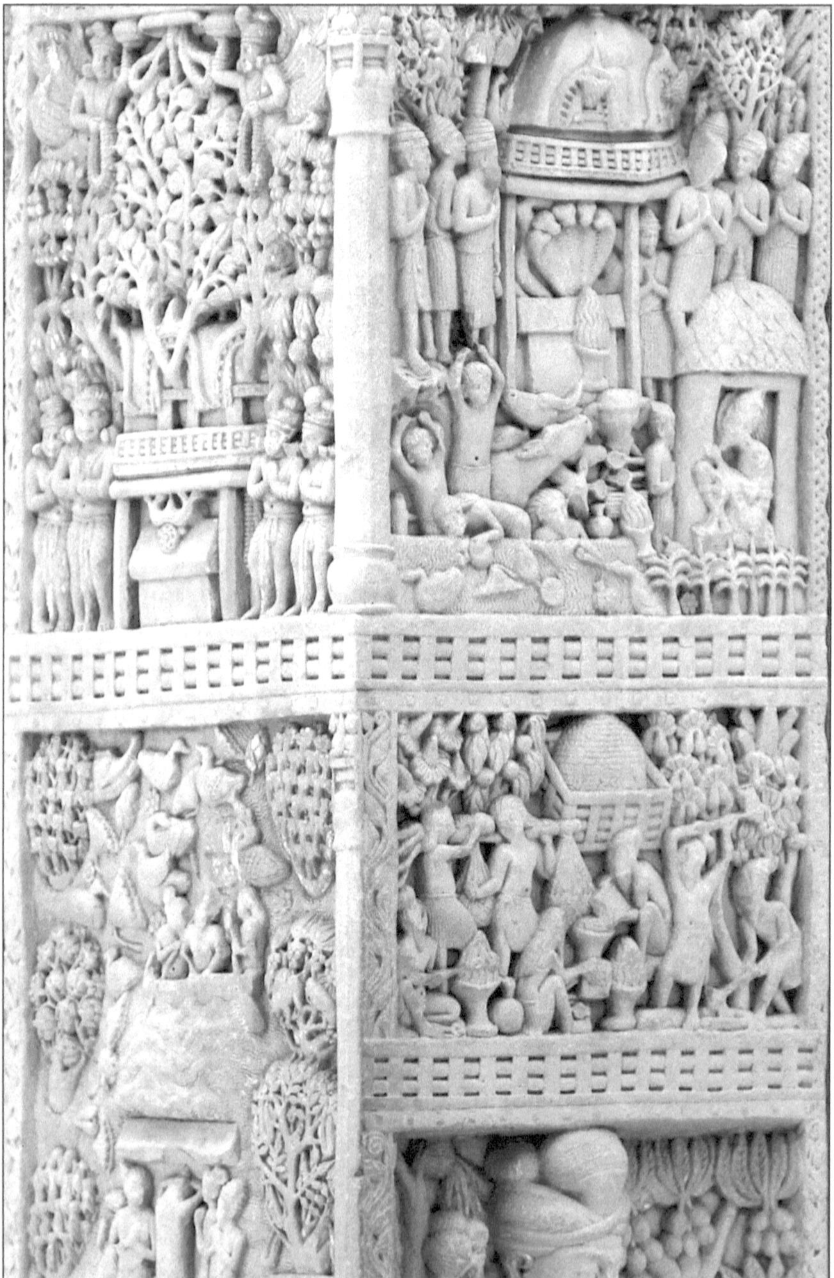

நுட்பமாகச் செதுக்கிய சாஞ்சியின் தோரண வாயில்.
புத்தஜாதகக் கதைகளில் உள்ள பல்வேறு கதைகள் இதில் உள்ளன.

இல்லை. ஆந்திராவில் இருக்கும் அமராவதி மிக அழகிய ஸ்தூபமாக இருந்திருக்கலாம். காரணம் அது பளிங்குக் கற்களால் கட்டப்பட்டது. அதன் எஞ்சிய பகுதிகளை அமராவதியில் காணலாம். சென்றவருடம் நானும் வசந்தகுமாரும், யுவன் சந்திரசேகரும், சண்முகமும் அமராவதிக்குச் சென்றிருந்தோம். அமராவதியின் முக்கியமான சிற்பங்கள் சென்னை அருங்காட்சியகத்தில் உள்ளன. கயாவை தவிர்த்தால் சாஞ்சிதான் மிகப்பழைய பௌத்த தலம்.

அசோகச் சக்ரவர்த்தி சாஞ்சி ஸ்தூபியை எழுப்பினார் என்பது வரலாறு. இந்தியாவில் கிடைக்கும் மிகப்பழைய கட்டடம் சாஞ்சிதான் என்று சொல்லப்படுவதுண்டு. ஸ்தூபிக்குள் புத்தரின் பூதவுடலின் எச்சங்கள் இருப்பதாகச் சொல்கிறார்கள். அருகே மேலும் இரண்டு சிந்றிய ஸ்தூபங்கள் உள்ளன. அவற்றில் போதிசத்வர்களின் உடலெச்சங்கள் இருந்தன என்று சொல்லப்படுகிறது.

இந்தியச் சிற்பக்கலையின் ஆதிகாலத்து மிகச்சிறந்த மாதிரிகளில் ஒன்றாக சாஞ்சியின் தோரண வாயில்கள் குறிப்பிடப்படுகின்றன. மங்கலான மணல்பாறையால் ஆனவை. மரத்தைச் செதுக்குவதுபோல அதை நுட்பமாகச் செதுக்கியிருக்கிறார்கள். சற்று தள்ளி நின்று நோக்கினால் அவை மரத்தாலானவை என்று தோன்றலாம். காலை ஒளியில் நோக்கினால் செம்பால்செய்தவை போல அவை மிளிரும். சாஞ்சியின் சிற்பங்கள் நாங்கள் அதுவரை கண்டுவந்த சிற்பங்களின் முன்னோடி வடிவங்கள். முக்கியமான வேறுபாடு இவை மெல்லிய புடைப்புச் சிற்பங்கள் என்பதே. கிட்டத்தட்ட ஒரு நாணயத்தில் உள்ள சிற்பங்களுக்கு நிகரானவை. ஆனால் உடைகள் முகபாவனைகள் நகைகள் உடல்மொழி போன்றவை மிக நுட்பமாகச் செதுக்கப் பட்டுள்ளன. அந்த நேர்த்தி நோக்க நோக்க பிரமிக்கச் செய்வது.

புத்தஜாதகக் கதைகளில் உள்ள பல்வேறு கதைகள் இந்தச் செதுக்கல்களில் உள்ளன. புத்தர் கடவுளாக மாறாத (அவரது பருவுடல் மகாதர்மமாக அல்லது தர்மகாயபுத்தராக வழிபடப்படாத) ஆரம்பகாலத்து ஸ்தூபி இது. ஆகவே இங்கே புத்தரின் நேரடியான தெய்வச்சிற்பங்கள் ஏதுமில்லை. நுண்ணிய நூற்றுக்கணக்கான சிற்பங்களில் ஹீனயானிகள் அல்லது தேரவாதிகளினால் வழிபடப் பட்ட சிறு ஸ்தூபமே உள்ளது. அதை பிக்குகள் தேவர்கள் மன்னர்கள் வணிகர்கள் வணங்கி நிற்கும் காட்சிகள். ''விலங்குகளுக்கும் புத்தர் இறைவனே என்று செதுக்கப்பட்டிருப்பதைத்தான் சிறப்பானதாகச் சொல்ல வேண்டும்'' என்றார் கல்பற்றா நாராயணன். யானை, சிம்மம், போதிமரம் போன்று பலவிதமான குறியீடுகளால் புத்தர் தான் சுட்டப் பட்டிருக்கிறார் என்று கலை ஆராய்ச்சியாளர்கள் சொல்கிறார்கள்.

இச்சிற்பங்களில் நம்மைக் கவர்வது யானையின் பல்வேறு உடல்நிலைகளின் பேரழகுதான். முழங்காலிடும் யானை, ஏற முயலும் யானை குறுகி நிற்கும் யானை, திரும்பி நிற்கும் யானை, சந்தேகப்படும் யானை...

கிழக்கு தோரணவாயிலில் புத்தர் உலக வாழ்க்கையை துறந்து தவம் செய்யச்செல்லும் இளமைப்பருவக் காட்சியை சித்தரிக்கின்ற சிலைகள் உள்ளன. மரத்தூண்களில் உள்ளவை போன்ற சிறிய சிலைகள். மேற்கு வாயிலில் புத்தரின் ஏழு அவதாரத் தோற்றங்கள் உள்ளன. வடக்கு வாயிலில் புத்தர் அறவாழி அந்தணனாக தர்மசக்கரவடிவில் அமர்ந்திருக்கிறார். தெற்குத் தோரணவாயிலில் புத்தரின் பிறப்புக் காட்சி செதுக்கப்பட்டுள்ளது.

சாஞ்சியின் புடைப்புச்சிற்பங்களில் யானை போதிற்றம் ஆகியவை உச்சகட்ட அழகுடன் உள்ளன. குறிப்பாக போதிமரத்தடியில் யானை நிற்கும் காட்சிகள் மிகச்சிறப்பானவை. சாஞ்சி தோரண வாயில் சிறிது என்ற மனப்பிம்பம் நமக்கெல்லாம் இருக்கும். அதன் செதுக்கலின் நுட்பம் அதைச் சிறிய ஒரு நகை போல நம் மனயில் எண்ணச்செய்கிறது. அருகே சென்றால் ஓங்கி நிற்கும் பெரு வாதில் அது. வரங்கல்லின் தோரணவாயில் கன்னங்கரேலென ஒரு அழகு என்றால் இது செக்கச் சிவப்புடன் இன்னொரு அழகு. அவற்றின் விளிம்பில் வளைந்து மேல்பகுதியை தாங்கி நிற்கும் யட்சிகளின் சிலைகள். அவர்களின் முலைகள் வளைந்து தெரியும்படி, அவர்கள் வானத்தில் பறப்பதைப் பார்க்கும் கோணத்தில் அமைக்கப்பட்டுள்ளன அவை.

சுற்றுத்தூண்களின் மையங்களில் நாணயங்கள் போன்ற வட்டத்துக்குள் வட்டத்தின் பரப்பை முழுக்க நிறைத்து பரவியிருக்கும் நுண்ணிய சிற்பங்களை பலமுறை தொடர்ந்து பார்த்தால்தான் முழுமையாக உள் வாங்கிக் கொள்ள முடியும். சிற்பங்களை பார்த்தபடியே நடப்பது ஒருவகையான தியானநிலையை மட்டுமே உருவாக்குகிறது. ஆனால் எங்கள் பயணத்தின் நோக்கம் ஒரு ஒட்டுமொத்த இந்திய தரிசனம்தான். உதாரணமாக இதற்குள் நாங்கள் முற்றிலும் வேறுபட்ட நான்கு சிற்ப பாரம்பரியங்களை கடந்து வந்திருக்கிறோம். சாஞ்சி அதில் ஆகப்பழையதும் முன்னோடியுமாகும். இந்தச் சிற்பங்களில் ஒரு மெல்லிய எகிப்து பாணி இருப்பதைக் காணமுடிந்தது - குறிப்பாக புடைப்புச் சிற்பங்களில். இந்தியச் சிற்பமுறை என்பது எப்படி ஒன்றில் இருந்து ஒன்றாக முளைத்து வந்தது என்பதை கண்கூடாகவே பார்ப்பதே எங்கள் முக்கிய அனுபவம்.

மைய ஸ்தூபத்தின் அருகே அசோகர் காலகட்டத்து தூண் ஒன்று கிடக்கிறது. அதில் புகழ்பெற்ற அசோகரின் அரசாணை ஒன்று பிராமி லிபிகளில் காணப்படுகிறது. பௌத்த மரபுக்குள் நுழைந்துவிட்ட

சீர்கேடுகளைக் கண்டித்து எச்சரிக்கும் குறிப்பு அது. இரண்டாவது ஸ்தூபியின் மேலே உள்ள குடைபோன்ற அமைப்பு சிற்பக்கலை சார்ந்து முக்கியமானது என்று சொல்கிறார்கள். அந்த அமைப்பு பிற்கால பௌத்த கட்டடக்கலையில் விரிவாக்கம்பெற்றது. மூன்றாம் ஸ்தூபியில் சாரிபுத்தர் போன்ற புத்தரின் ஆரம்பகால சீடர்களின் உடலெச்சங்கள் இருந்திருக்கின்றன. அக்காலத்தில் உணவு வழங்கு வதற்காக குடைந்து உருவாக்கப்பட்ட கல்தொட்டிகள் இரண்டு சாஞ்சியில் கவனத்தை மிகவும் கவர்கிறது. அது பிட்சைத்தொட்டி என்றும் சொல்கிறார்கள். பிக்குகளுக்குக் கொடுக்கவேண்டிய பொருட் களை மக்கள் அந்த தொட்டியில்போடுவார்கள்.

சாஞ்சியில் இருந்து கிளம்பி காலையுணவு உண்டுவிட்டு விதிஷாவுக்கு அரைமணிநேரத்தில் வந்துவிட்டோம். விதிஷாவுக்கு வேசாலி என்றும் (பாலியில் பேசாலா) பெயர் உண்டு. பள்ளிக்கூடப் பாடங்களில் இந்நகரை ஒரு முக்கியமான வினாவுக்கு விடையாக படித்து மனப்பாடம் செய்திருப்போம். புத்தர் மறைவுக்குப் பின்னர் மகாகாசியபரின் தலைமையில் இங்குதான் பௌத்தசங்கங்கள் ஒன்றுகூடி முதல் பௌத்த மாநாட்டை நிகழ்த்தின. அப்போது உருவான கருத்துவேற்றுமையின் விளைவாக பௌத்தம் ஹீனயானம் மகாயானம் என்ற இரு பிரிவுகளாகப் பிரிந்தது.

பேத்வா நதியின் கரையில் இருக்கிறது இந்நகரம். பேத்வா நதிக்கரையில் சிறுவர்கள் துழாவி நீராடிக் கொண்டிருந்தார்கள். சிறிய ஆலயங்கள் ஏராளமாக இருந்தன. இன்று விதிஷா ஒரு மாவட்டத் தலைநகரம். பலவகையிலும் விரிந்துவிட்டது. பழங்கால விதிஷா உதயகிரி என்ற ஒரு சிறு குன்றின்மீது இடிபாடுகளாக உள்ளது. கிட்டத்தட்ட 18 கோயில்கள் இங்கே உள்ளன. சிவனுக்கும் விஷ்ணுவுக்கும் உரிய ஆலயங்கள். உதயகிரியில் நிறைய குகைக்கோயில்கள் உள்ளன. முதல் கோயில் சமணக் குகை. அதில் ஆதிநாதரின் சிலை இருட்டுக்குள் நின்றுகொண்டிருக்க வெளியே வெறித்த நிலம் முழுக்க வெயில் ததும்பியது. அப்பகுதியெங்கும் நம்பமுடியாத அளவுக்கு வறுமை வாய்ப்பட்ட எளிய மக்களின் குடிசைகள். சில குடிசைகள் இடுப்புவரை மட்டுமே உயரம். பெண்கள் கையில் சிறு லோட்டாவில் தண்ணீருடன் சிற்பக்கோயில்கள் நடுவே காலைக்கடன் கழிக்கச் சென்று கொண்டிருந்தார்கள்.

இங்கே உள்ள முக்கியமான சிற்பம் என்பது வராகமூர்த்தியின் பெரிய சிற்பம்தான். மூன்றாள் உயரமான புடைப்புச் சிற்பம். அவர் வாசுகி மேல் காலை வைத்து பூமிதேவியை தன் கொம்புகளால் நெம்பி எடுக்கும் சிற்பம் அது. அந்த குன்றெங்கும் அலைந்து திரிந்து வெயிலின் தீயில் எரிந்தோம்.

மூன்றாள் உயர வராகமூர்த்தி புடைப்புச் சிற்பம், விதிஷா

தொல்பழங்காலத்தில் மத்திய இந்தியாவின் மிகப்பெரிய வணிகத்தலமாக இது விளங்கியிருக்கிறது. பௌத்த வரலாற்றில் இந்த அம்சத்தை நாம் கவனிக்கலாம். பௌத்தம் பெரிதும் வணிகர்களின் மதம். வேதமத அதிகாரத்தை கையில் வைத்திருந்த பிராமணர்கள் மற்றும் க்ஷத்திரியர்களுக்கு எதிராக உருவானது அது. கி.மு. ஐந்தாம் நூற்றாண்டு முதல் இந்தியாவில் புதிய நிலப்பகுதிகள் மையப்பண்பாட்டின் தொடர்புக்கு வந்தன. ஏராளமான பாதைகள் உருவாயின. தொலைதூரக் காடுகளிலெல்லாம் குடியேற்றங்கள் அமைந்தன. இந்திய நிலப்பரப்பு பெருமளவில் நாகரிகப்படுத்தப்பட்ட காலம் இது.

இதன் விளைவாக வணிகம் பெருகி வணிகர்கள் ஒரு பெரும்சக்தியாக உருவாகி வந்தனர். அவர்களுக்கும் ஆதிக்கத்தில் இருந்தவர்களுக்கும் இடையே உரசல்கள் உருவாயின. அந்த வரலாற்றுத்தருணம் பௌத்தத்தின் வளர்ச்சியில் பெரும் பங்கு வகித்தது. பௌத்த வரலாற்றில் பாடலிபுத்திரம் வேசாலி போன்ற பெரிய வணிக நகரங்களின் பங்கு மிக முக்கியமானது. இன்னும் ஒன்றையும் கவனிக்கலாம், இந்த வணிகநகரங்கள் இயல்பாக பரத்தமையின் மையங்களும் கூட. பௌத்த கதைகளில் பரத்தையர் முக்கியமான இடம் பெறுவதற்கான காரணமும் இதுவே.

தொன்மையான நகரமாகிய விதிஷா கைவிடப்பட்டு மீண்டும் மால்வா மன்னர்களால் மீட்டமைக்கப்பட்டது. இப்பகுதியில் உள்ள ஒரு புதைபொருள் சின்னம் கட்டடக்கலை சார்ந்து முக முக்கியமானது. இங்கே இருந்த விஷ்ணு ஆலயமொன்றின் செங்கல்லால் ஆன அடித்தளம் தோண்டியெடுக்கப்பட்டுள்ளது. அது சுண்ணத்தை களிமண்ணில் சேர்த்து அரைத்த கலவையால் உருவாக்கப்பட்டிருக்கிறது. அதாவது ஒருவகை சிமெண்ட். அக்கட்டடம் கி.மு. இரண்டாம் நூற்றாண்டைச் சார்ந்தது.

விதிஷாவில் பெரும்பாலும் இடிபாடுகளே இன்று உள்ளன. இங்குள்ள பெரும் தூண்கள் முக்கியமான தொல்பொருள் தடயங்கள். அவற்றில் ஒன்று இப்போதும் உறுதியாக நிற்கிறது. அதை கம்ப பாபா என்கிறார்கள். ஒற்றைக்கல்லால் ஆனது அது. அதில் உள்ள கல்வெட்டு அந்தத் தூண் கருடனுக்கானது என்று குறிப்பிடுகிறது. தட்சசீலத்தை (இன்றைய பாகிஸ்தான்) சேர்ந்த கிரேக்க வீரனாகிய ஹெலியோடோரெஸ் வாசுதேவருக்காக நாட்டிய தூண் அது என்று குறிப்பு சொல்கிறது. அவர் அலெக்ஸாண்டரின் நீட்சியாக இந்திய நிலப்பகுதியை ஆண்ட கிரேக்க ஆட்சியாளரான ஆண்டியால்கிடாஸின் தூதராக விதிஷாவின் மன்னர் பாகபத்ரரின் அரச சபைக்கு அனுப்பப் பட்டவர். அந்த கல்வெட்டில் அது கி.மு. 140 ஐ சேர்ந்தது என்று சொல்லப்பட்டிருக்கிறது. பஞ்சாபில் அன்று கிரேக்கர் ஆட்சி நிலவியமைக்கும் கிரேக்கர்களுக்கும் இந்தியர்களுக்கும் இடையே நல்லுறவு நிலவியமைக்கும் சான்றாக உள்ள முக்கியமான வரலாற்று ஆவணமாக அது கருதப்படுகிறது

விதிஷா வழியாக வெளியேறி கஜுராஹோ கிளம்பினோம்.

- 15 -

கஜுராஹோ

விதிஷாவிலிருந்து வரும்வழியில் கார் டயர் கிழிந்து விட்டது. உதயகிரி செல்லும் பாதையில் கிடந்த கூர்மை யான கற்கள்தான் காரணம். விதிஷாவிற்கு வெளியே ரஃபீக் காரை நிறுத்திவிட்டு டயரை மாற்றினார். அதன்பின் கஜுராஹோ கிளம்பினோம். உண்மையில் அந்த நாநூற்றி ஐம்பது கி.மீ. தூரத்தை பத்து மணிநேரத்தில் தாண்டியிருக்கவேண்டும். ஆனால் சாலை மிகமிக பயங்கரமாக இருந்தது. தேசிய நெடுஞ்சாலை அது. மத்தியப்பிரதேச வரைபடத்தில் மிகப்பெரியதாக இருந்த சாலை நேரில் தமிழ்நாட்டின் ஒரு கிராமத்துச்சாலையைவிட குறுகலாக குண்டும் குழியுமாக இருந்தது. இருபது கிலோமீட்டர் வேகத்தில் பெருச்சாளி போல குதித்து குதித்து செல்லவேண்டியிருந்தது.

மத்தியப்பிரதேசத்தின் வறுமை, வளர்ச்சியின்மை பற்றி நான் என்ன சொன்னாலும் அது மிகையல்ல. நல்ல சாலைகளே கிடையாது. தேசிய நெடுஞ்சாலைகளே தார் இல்லாமல் செம்மண்ணும் ஜல்லியுமாக சிதைந்து கிடக்கின்றன. கிராமச்சாலைகள் அனைத்துமே மண்தடங்கள். நல்ல வீடுகளை நடுத்தர நகரங்களில்கூட பார்க்க முடியாது. பெரும்பாலும் ஆளுயரமே உள்ள ஓட்டு குடிசைகள். ஓடுகள் கிராமத்திலேயே சுட்டு எடுக்கப் பட்டவை. ஆனால் எந்த வகையான தொழில் நுட்பமும் இல்லாமல் வடிவ ஒழுங்கு கூட இல்லாமல் களிமண்ணை வரட்டி போல தட்டி சுட்டு எடுத்து சகட்டுமேனிக்கு

அடுக்கி கட்டியிருக்கிறார்கள். நம்முடைய நாட்டு ஓடு தொழில்நுட்பம் தண வடிவில் ஒன்றுடன் ஒன்று பொருந்தி பிடித்துக்கொள்ளும் தன்மை கொண்டது. இந்த ஓடுகள் இளகிப்பரந்து கிடந்தன. ஒரே அறை கொண்ட வீடுகளே அதிகம்.

மத்தியப்பிரதேசத்தில் சில இடங்களில் ஏரிப்பாசனமும் சில இடங்களில் ஆற்றுப்பாசனமும் உள்ளது. நாங்கள் வந்த வழியில் பெரும்பாலும் பசுமையையே கண்டோம். இயற்கையால் கைவிடப் பட்ட நிலம் என்று இதைச் சொல்லி விடமுடியாது. பிரம்மாண்டமான மேய்ச்சல் நிலவெளி விரிந்து கிடந்தது. ஆனால் படு கேவலமான வறுமை. பஞ்சடைந்த கண்களும் ஒட்டி உலர்ந்த முகமும் கொண்ட பட்டமரங்களைப்போன்ற விவசாயிகள். தெருநாய்க்குட்டிகளைப் போல கந்தல் உடையணிந்து செம்பட்டைத்தலையுடன் குழந்தைகள். இந்த அளவுக்கு வறுமை இந்தியாவின் வேறு எந்த மாநிலத்திலும் கிடையாதென்றே சொல்லத்தோன்றுகிறது.

சாலையில் இரவு செல்கையில் ஒன்று கவனித்தேன். மின்சாரம் இல்லா ஊர்களில் இருட்டுக்குள்ளேயே ஜனங்கள் புழங்குகிறார்கள். இருட்டி லேயே பெண்கள் பாத்திரம் கழுவவோ சமையல் செய்யவோ செய்ய ஆண்கள் கூடி அமர்ந்து பேசிக் கொண்டிருக்கிறார்கள். குழந்தைகள் இருட்டுக்குள் விளையாடுகிறார்கள். எங்கும் டிவியே கண்ணில் படவில்லை. சினிமா தியேட்டர்கள் குறுநகரங்களில் உள்ள பழைய கொட்டகைகள் மட்டுமே. கடைகளில் பான்பராக் தோரணங்களைத் தவிர பெரும்பாலும் பொருட்கள் இல்லை. ஏதோ ஒரு நூற்றாண்டில் அப்படியே கைமறதியாக விடப்பட்டு கிடக்கிறது மத்தியப்பிரதேசம்.

புழுதி பறந்த சாலை வழியாக வந்து கொண்டே இருந்தோம். பெரிய வளைவுகளாக மலையிறங்கி வந்தது பாதை. ‘‘நாம மலை ஏறவே இல்லை, பின்ன எப்டி சார் எறங்கறோம்?’’ என்றார் செந்தில். ‘‘இது தக்காண பீடபூமியின் முடிவு. நாம தர்மபுரி முதல் ஏற ஆரம்பிச்சதை இப்ப எறங்கறோம்’’ என்றேன். இருபக்கமும் புதர்கள் மண்டிய காடுகள். விசித்திரமாக அரிக்கப்பட்ட பாறைகளின் வடிவங்கள். நிலக்காட்சி நம்மில் விதவிதமான கனவுகளை வளர்க்கிறது. நிலக்காட்சியைக் கண்டு நமக்கு அலுப்பதேயில்லை. நாம் வாழ விதிக்கப்பட்ட நிலம் ஒன்றே. கற்பனையோ நம்மை விதவிதமான நிலங்களில் முடிவிலா வாழ்க்கைகளை வாழச்செய்கிறது. பயணத்தில் ஒவ்வொரு மண்ணிலும் ஒரு கணம் வாழ்ந்தபடியே நாம் செல்கிறோம்.

கஞ்ச் பஸோடா என்ற ஊரில் காரை நிறுத்தி மதியம் சாப்பிட்டோம். சூடாக சப்பாத்தி பருப்புக்கறி கடலைக்கறி. மீண்டும் வெயிலில் பயணம். வலப்பக்கம் ஒரு மலைமீது ஒரு செங்குத்தான கோட்டையும்

அதன்மீது ஒரு கோயிலும் தெரிந்தது. அதைப்பார்த்தபடி சென்றபோது ஒரு கோயிலை சாலையருகே கண்டோம்.

இறங்கிச் சென்று கோயிலைப்பார்த்தோம். இடிந்து சிதிலமாகிக் கிடந்த அந்தக்கோயிலின் பெயர் பஜ்ரமத். சந்தேல மன்னர்களால் கட்டப்பட்ட புராதனமான அக்கோயில் மூன்று கருவறை கொண்டது. சிவன் விஷ்ணு துர்க்கை இருந்திருக்கிறார்கள். பின்னர் கோயில் கைவிடப்பட்டிருக்கிறது. அதன்பின் சமண பஸ்தியாக உருமாற்றம் பெற்றிருக்கிறது. இப்போது மையக்கருவறையில் வர்த்தமான மகாவீரரும் இருபக்கமும் ஆதிநாதரும் பார்ஸ்வ நாதரும் கோயில் கொண்டிருக்கிறார்கள். தமிழ்நாட்டில் சமணக்கோயில்கள் கைவிடப்பட்டு பின்னர் இந்துக்கோயில்களாக உருமாற்றம் பெற்றிருக்கின்றன. இந்துக்கோயில் சமணக்கோயிலாக ஆனதை இங்கேதான் பார்க்க முடிந்தது.

அழகான கோயில். பெரிய அடித்தளம். மேலே கருவறை. அதன்மீது சிகரங்கள் கொண்ட கூம்புவடிவ கோபுரம். அதில் நுட்பமான சிற்பங்கள். கஜுராஹோ பாணி கோயில் அது. கஜுராஹோவுக்கு ஒரு முன்னோட்டமாக அமைந்தது அது. செம்மையான கற்களில் செதுக்கப் பட்ட அழகிய சிலைகள். கோயிலுக்குள் யாரோ தன் தள்ளுவண்டியை வைத்திருந்தார்கள். ஒருவர் ஏதோ படித்துக் கொண்டிருந்தார்.

கஜுராஹோவுக்கு இரவில் சென்றுசேர முடியாதென உறுதியாகிவிட்டது. ரஃபீக் களைத்துப்போய்விட்டார். ஆனால் காரை பிறரிடம் தரவும் அவருக்கு மனமில்லை. ஆகவே சத்ரபூர் என்ற ஊரில் தங்கலாமென முடிவுசெய்தோம். ஊருக்குள் நுழைந்து விடுதிகளை தேடிச்சென்றோம். ஊர் மைதானத்தில் கணேஷ் பூஜை திருவிழாபோல நடந்து கொண்டிருந்தது. ஒரு ஆணும் பெண்ணும் நின்று மாறி மாறி மைக்கில் நாடகம் போல பேசிக்கொள்ளும் ஒரு கலை நிகழ்ச்சி. நடுவே பாடல், பின்னணியில் தபலா மற்றும் ஹார்மோனிய இசை. கூட்டத்தை தாண்டிச் சென்று ஒரு விடுதியைக் கண்டுபிடித்தோம். உரிமையாளரும் மேனேஜரும் இருந்தார்கள். மார்வாரி மொழியில் பேசிக்கொண்டபின் வாடகையை ஏற்றிக் கேட்டார்கள். இரட்டை அறைக்கு நூற்றைம்பது ரூபாய்.

ஆனால் அறை என்பது அறை மட்டுமே. கட்டில் கூட கிடையாது. பொதுவான குளியல் கழிப்பறைதான். மொத்த விடுதிக்கே இரண்டு. இணைக்கப்பட்ட குளியலறை என்பது மத்தியப்பிரதேசத்தில் ஓர் உச்சகட்ட ஆடம்பரம். இன்னொரு விடுதி அதைவிட பயங்கரம். அங்கே ஒரு இடுங்கிய அறையில் பிசுக்கேறிய நான்கு கட்டில்கள். மேலே சென்று பார்ப்போம் என்று காரை கிளப்பிச் சென்றபோது ஒரு விடுதி அகப்பட்டது. நல்ல விடுதிதான். இணைக்கப்பட்ட குளியலறை கழிப்பறை. முந்நூற்றைம்பது ரூபாய் இரட்டை அறைக்கு. இது

மத்தியப்பிரதேசத்தில் பெரிய தொகை என்பதை நினைவுகொள்ள வேண்டும்.

சத்ரபூரில் செப்டெம்பர் 13 ஆம் தேதி காலை தூங்கி எழுந்து உடனே கிளம்பி காலை ஒன்பதரைக்கு கஜுராஹோ வந்துசேர்ந்தோம். நல்ல தூக்கமாதலால் உற்சாகமாக இருந்தோம். ஆனால் வெயில் கொளுத்திக் கொண்டிருந்தது. மகாராஷ்டிரா வரை வந்த மழை பழங்கதையாக, கனவு போல ஆகிவிட்டிருந்தது. கஜுராஹோவின் மையக்கோயில்கள் இருந்த வளாகத்துக்கு முன்னால் ஒரு சிறு கடையில் பூரி சாப்பிட்டோம்.

அங்கே ஒரு சிறு பெண்குழந்தை, நல்ல வழவழ மொட்டையுடன் எங்களிடம் ஒட்டிக்கொண்டது. செந்திலின் அருகே வந்து 'ஆ' கேட்டது. அவள் தாத்தாதான் கடைக்காரர். அவர் ஒரு பூரியை தட்டில் வைத்து கொடுத்தார். அதை திரும்பியே பார்க்கவில்லை இரண்டு வயதான மீனாட்சி. மதுரை அரசி கஜுராஹோ வரை வழிபடப்படுகிறாள். நாம் விசாலாட்சியை வழிபடுவது போல. மீனாட்சிக்கு செந்தில் ஊட்டிவிட்டார். 'நீங்க ஒரு பெண்ணா இருந்தா பக்கத்திலேயே வந்திருக்க மாட்டா. பெண் குழந்தைகளுக்கு இருக்கிற அப்பா மோகமே அபூர்வமானது' என்றேன். ''அப்பாவால் கொஞ்சப்படாத பெண்கள் மனசில அந்த ஏக்கம் தீரவே தீராது...''

கஜுராஹோவை எனக்கு அறிமுகம்செய்தது புஷ்பாதங்கதுரை. அவரது அந்தக்கால 'அரை-பாலியல்' கதைகளில் ஒன்றில் துப்பறிவதற்காக வரும் கதைநாயகனும் நாயகியும் கஜுராஹோவில் மைதுன சிற்பங்களைப் பார்த்துக்கொண்டு அதைப்பற்றி பேசிக்கொண்டு துப்பறிவார்கள். அது ஒரு இன்பக்கிளுகிளு பிராந்தியம் என்று நான் அப்போது புரிந்துகொண்டேன். அதன் பின்னர் கஜுராஹோவின் படங்களை அவ்வப்போது பார்த்திருக்கிறேன். அமர்த்யாசென்னின் தாத்தா ஷிதி மோகன் சென் எழுதிய புகழ்பெற்ற இந்துயிசம் என்ற நூலின் அட்டைப்படத்தில் கஜுராஹோ சிற்பம்தான் இருந்தது. ஆக்ஸ்போர்டு பதிப்பு என்று நினைக்கிறேன்.

எண்பத்தாறில் வந்த இந்தியச் சுற்றுலாவின்போது நான் கஜுராஹோவிற்கும் வந்திருந்தேன். ஆனால் திரும்பும் வழியில். அப்போது உக்கிரமான வெயில்காலம். வறண்ட நிலத்தில் கருகிய புதர்கள் கானலில் அலைபாய்ந்தன. களைத்துச் சோர்ந்து தனித்து காந்தரிய மகாதேவ ஆலயத்துக்கு வந்ததும் அப்படியே காற்றில் படுத்து இரண்டுமணி நேரம் தூங்கிவிட்டேன். இன்பக்கிளுகிளுப்பு எல்லாம் இல்லை. உண்மையில் கஜுராஹோவின் சிற்பங்களில் கிளுகிளுப்பு மிகமிகக் குறைவு. முதல்காரணம் அங்குள்ள கோயில்கள் வரைதளத்தை

முழுக்க நுட்பமாக சிற்பங்களால் நிரப்பும் தன்மைகொண்டவை. கொத்துக் கொத்தாக சிற்பங்கள் அடர்ந்த பக்கச்சுவர்களில் அக்காலத்தைய அன்றாட வாழ்க்கையின் சித்திரங்களே உள்ளன. போர்கள், அரச சபைகள், ஊர்வலங்கள், வேளாண்மை, குடும்பசித்திரங்கள்... அவற்றின் ஒரு பகுதியாகவே காமச்சித்தரிப்புகள் உள்ளன. அவை அக்கால வாழ்க்கையின் பகுதி என்பதை காமசூத்திரம் மூலம் நாம் அறிந்துகொள்ள முடியும்.

அவை அக்கோயில்களை கண்டடைந்த காலகட்டத்தில் மேலை நாட்டவரால் மிகைப்படுத்தப்பட்டன. காரணம் அவர்களுடைய விக்டோரியன் ஒழுக்கவியலை அச்சிற்பங்கள் கடுமையாகச் சீண்டின. ஆனால் கஜுராஹோ சிற்பங்களை நாம் நம்முடைய கோயில்களில் சாதாரணமாகப் பார்க்க முடியும். கஜுராஹோவின் கூட்டுப்புணர்ச்சி சிற்பங்கள் சிறியவை, பெரும்பாலும் அலங்காரச் செதுக்குவேலைகள். ஆனால் அழகர்கோயில் கோபுரத்தில் ஆள் அளவுக்கு வண்ணம் தீட்டப்பட்டு வெட்ட வெளிச்சமாக அச்சிற்பங்கள் உள்ளன. நம்முடைய ஒழுக்கவியலும் இறுக்கமானதுதான் என்றாலும் அது நெடுங்கால பாரம்பரியம் கொண்டது என்பதனாலேயே பல மீறல்களை அனுமதிக்கிறது.

கஜுராஹோ மத்தியப்பிரதேசத்தில் சத்ரபூர் மாவட்டத்தில் உள்ளது. கஜுராஹோ என்ற பெயரானது ஈச்சமரத்து ஓலையில் இருந்து பெறப்பட்டது. காஜுர் என்று அது இந்த பகுதியின் ஹிந்தியில் அழைக்கப்படுகிறது. இப்பகுதியே ஈச்சங்காடாக இருந்திருக்கிறது. இப்போதும் இப்பகுதியில் ஈச்சமரங்களை அதிகமாகக் காணலாம்.

கஜுராஹோ ஒருகாலத்தில் சந்தேலா மன்னர்களின் தலைநகரமாக இருந்திருக்கிறது. அவர்கள் கி.பி. பத்தாம் நூற்றாண்டு முதல் பன்னிரண்டாம் நூற்றாண்டுவரை ஆண்டிருக்கிறார்கள். கி.பி. 950 முதல் நூற்றைம்பது வருடகால இடைவெளியில் இங்குள்ள கோயில்கள் கட்டப்பட்டிருக்கலாம் என்று சொல்லப்படுகிறது. சந்தேலர்களின் தலைநகரம் மஹோபாவுக்கு பின்னர் மாற்றப்பட்டாலும் இந்த நகரம் ஒரு புனிதத்தலமாகவே நீடித்தது. முகலாய ஆட்சிக்காலத்திற்கு முன்னரே இந்நகரம் கைவிடப்பட்டு காட்டுக்குள் மறைந்துவிட்டது. ஆகவே வட இந்தியாவில் உள்ள பேராலயங்கள் அனைத்தையும் முகலாயர்கள் அழித்தபோது இந்த ஆலயத்தொகை அவர்களால் அழிக்கப்படாமல் எஞ்சியது. பின்னர் பிரிட்டிஷார் காலத்தில்தான் இந்த ஆலயங்கள் கண்டடையப்பட்டன. அவர்கள் இதை ஒரு மாபெரும் கலைச்சின்னமாக எண்ணி உரிய முறையில் பேணினார்கள். பிரிட்டிஷ் கலாகட்டத்திலேயே விரிவான அகழ்வாராய்ச்சிகளும் பாதுகாப்புப் பணிகளும் இந்த ஆலயங்களில் நிகழ்த்தப்பட்டுள்ளன.

இந்நகரின் எல்லைக்குள் கிட்டத்தட்ட 80 கோயில்கள் இருந்ததாகச் சொல்லப்படுகிறது. அவற்றில் 22 கோயில்கள்தான் இப்போது ஓரளவாவது நல்லநிலையில் உள்ளன. பல கோயில்களின் அடித்தளங்கள் அகழ்ந்து எடுக்கப்பட்டுள்ளன. இவை 21 சதுர மைல் பரப்பளவில் பல இடங்களிலாக சிதறிப்பரந்திருக்கின்றன. எல்லா கோயில்களும் செங்கல் நிறமுள்ள சிவப்புக்கல்லால் செய்யப் பட்டவை. இது மணல்பாறை ஆதலினால் மிகநுட்பமாக செதுக்க ஏற்றது. இதனால் இக்கோயில்களில் சிற்பங்கள் இல்லாத இடமே இல்லை. பல கோயில்களை இதழ் விரித்த மலர்கள் என்றே சொல்லி விடலாம். மலரின் அல்லிவட்டம் புல்லி வட்டம் போன்றவற்றில் உள்ள நெருக்கமான சிக்கலான பின்னல்களும் அடுக்குகளும் இக்கோயில் முழுக்க நிறைந்துள்ளன. அதேசமயம் இங்குள்ள தூண்கள் சாதாரணமான அறுபட்டை வடிவங்கள் மட்டுமே. காகதீய சாளுக்கிய பாணி கோயில்களில் தூண்கள் ஒவ்வொன்றும் சிற்பங்கள் மண்டிய கலைக்கூடங்களாக இருப்பதுடன் ஒப்பிட்டால் இது வியப்பூட்டுகிறது.

வட இந்தியாவில் உள்ள நாகர பாணி கோபுர அமைப்புக்கும் அடுக்கு வடிவிலான கற்கட்டுமான முறைக்கும் மிகச்சிறந்த உதாரணங்களாக கஜுராஹோ கோயில்கள் சுட்டிக்காட்டப்படுகின்றன. பெரும்பாலான புகழ்பெற்ற ஆலயங்கள் அழிக்கப்பட்டுவிட்ட நிலையில் கஜுராஹோ எஞ்சியது ஒரு நல்லூழ்தான். பஞ்சாயதனம் (ஐந்து ஆயதனங்கள்) என்ற கட்டட அமைப்பு கொண்டவை இவை. அதாவது ஒரு மையக்கரு வறையும் அதன் இருபக்கங்களும் இரண்டு வீதம் நான்கு துணைக்கரு வறைகளும் கொண்ட அமைப்பு இது. இங்குள்ள பழைமையான சில கோயில்கள் சமண ஆலயங்கள். மும்மூர்த்திகளுக்கும் ஜகதாம்பாள் போன்ற தேவியருக்கும் கோயில்கள் உள்ளன.

இங்குள்ள கோபுரவடிவை நாம் தென்நாட்டுக் கோயில்களில் வேறு ஒரு வடிவில் காணலாம். ஆனால் நம்முடைய கோபுரங்கள் ஒரே கூம்பு வடிவம் கொண்டவை. இவை பல கோபுரங்கள் இணைந்து ஒரு கொத்து போல தோற்றம் அளிப்பவை. கோபுரவடிவுக்குள் மேலும் கோபுரங்கள். இவை சிகரங்கள் என்று சொல்லப்படுகின்றன ஒன்றன்மீது ஒன்றாக தட்டுகளாக அடுக்கப்பட்டு மேலே குறுகிச் சென்று கலசத்தில் முடியும் அமைப்பு கொண்டவை. அதேசமயம் கூம்பு போன்ற அமைப்பு இல்லாமல் விளிம்பு வளைவாக இருக்கும். நட்டுவைத்த மக்காச்சோளக் கதிர்களைப்போன்று இருப்பதாக தோன்றுகிறது. இங்குள்ள ஆகப்பெரிய ஆலயமான காந்தரிய மகாதேவர் கோயில் கோபுரத்தில் 84 சிகரங்கள் உள்ளன. 116 அடி உயரம் உள்ளது இந்த கோபுரம்.

நான் முன்பு வந்து சென்றபின் இக்கோயில்கள் மிகச்சிறியவை, நகைகள் போன்றவை என்ற மனப்பிம்பம் என்னில் எஞ்சியது. உண்மையில்

காந்தரிய மகாதேவர் ஆலயம், கஜுராஹோ

காந்தரிய மகாதேவர் ஆலயம் தஞ்சை கோயிலில் பாதியளவு உயரமான கோபுரமும் மிக உயரமான அடித்தளமும் கொண்டது. ஆனால் அதன் மிக மிகச் செறிவான நுண்ணிய வேலைப்பாடுகள் காரணமாக அந்த உயரத்தை நாம் கவனிப்பதேயில்லை. தென்னாட்டில் ஹொய்சள, விஜயநகர பாணி கோயில்களிலும் கோபுரங்கள் சிறு தட்டுகளாக மேலேறி சுருங்கிச்செல்லும் அமைப்பு உண்டு. இங்குள்ள கோபுரங்கள் அனைத்துமே கருவறைக்கு மேலேதான் உள்ளன. கற்களை அடுக்கிக் கட்டப்படுபவை நம்முடைய கோயில்கள். ஆகவே அவை பிரமிடு போன்று கூம்பிச்செல்பவை. கஜுராஹோ ஆலயகோபுரங்கள் செங்குத்தாக எழுந்து செல்கிறது. சிற்பக்கற்கள் ஒன்றுடன் ஒன்று மாட்டப்பட்டு திருகப்பட்டுள்ளன என்று சொல்கிறார்கள்.

கஜுராஹோ கோபுரங்களின் அமைப்பு இமயமலைச் சிகரங்களை ஒத்தது என்று சொல்லப்படுகிறது. இந்த விஷயத்தைப்பற்றி கலை விமரிசகர்கள் எழுதியிருக்கிறார்கள். ஒரு பகுதியின் கட்டடக்கலையில் அப்பகுதியின் மலைகளின் பாறைகளின் அமைப்பு அழகியல் ரீதியான பாதிப்பைச் செலுத்துகிறது. ஐரோப்பிய ஊசிக்கோபுரங்கள் பனியிருகும் அந்நாட்டு மலைமுடிகள். அரேபிய கும்மட்டங்கள் காற்று அரித்த மணல்பாறைகளின் வளைமுகடுகள். அப்படிப்பார்த்தால்

செங்குத்தாக ஓங்கி எழுந்த நம்முடைய ராயகோபுரங்கள் தென்னகத்து கரும்பாறைகளின் மானுடநகல்கள்.

கஜுராஹோ கோயில்களைச் சுற்றியிருந்த பாலைவனச்சாயல்கொண்ட புதர்க்காடுகளை அழித்து அவற்றைச்சுற்றி நந்தவனம் அமைக்கும் பணி பிரிட்டிஷ்காலத்திலேயே செய்யப்பட்டுவிட்டது. காந்தரிய மகாதேவர் ஆலயம் உள்பட முக்கியமான கோயில்கள் அனைத்தும் ஒரே வளாகத்துக்குள் உள்ளன. வளாகத்துக்கு வெளியே உள்ள கோயில்கள் சிற்ப அடிப்படையில் முக்கியமானவை அல்ல.

பலரும் எண்ணிவருவது போல கோயில்களின் சன்னிதிகளில் பாலியல் சிற்பங்கள் ஏதும் கிடையாது. பெரும்பாலும் புறச்சுற்றுச்சுவர்களிலும் அடித்தானத்தின் கற்களிலும்தான் புடைப்புச் சிற்பங்களாக பாலியல் சிற்பங்கள் உள்ளன. இன்னொன்று இந்தவகையான பாலியல் சிற்பங்களில் தேவர்களோ கந்தர்வர்களோ இல்லை. அன்றாட வாழ்க்கைச் சித்தரிப்பின் பகுதிகளாகவே இவை உள்ளன. அவற்றில் சித்தரிக்கப்பட்டிருப்பவர்கள் பெரும்பாலும் தாசிகள். அவர்கள் அணிந்துள்ள நகைகளில் தாசிகளுக்கான தாலிகள் இருப்பதிலிருந்து கலைவிமரிசகர்கள் இதை ஊகித்திருக்கிறார்கள்.

மேலும் இப்பெண்கள் ஒப்பனை செய்து கொள்வது பாணர்களும் நட்டுவர்களும் கூட ஆட ஆடல்கலைகளில் ஈடுபடுவது போன்ற சிற்பங்கள் ஏராளமாக உள்ளன. பெரும்பாலான தாசிகளுடன் தோழிகளும் காணப்படுகிறார்கள். நீராடுதல் உடைகளை மாற்றுதல் உடைகளைச் சரிசெய்தல் போன்ற நிலைகளில் நளினமான அசைவுகளின் உறைநிலையில் அவர்கள் நின்றிருக்கிறார்கள். செல்வமும் சமூக மதிப்பும் மத அங்கீகாரமும் கொண்ட பரத்தை வாழ்க்கையின் சித்திரங்கள்தான் அவை என்பதே ஊகிக்கக்கூடியதாக உள்ளது.

இங்குள்ள காமச்சித்தரிப்புகளை வாத்ஸ்யாயனரின் காமசூத்திரத்துடன் இணைத்து புரிந்துகொள்ள முயல்வது மேலைநாட்டவரின் முறையாக உள்ளது. ஆரம்பகால ஆய்வாளர்கள் பலர் அப்படி எழுதியுள்ளனர். ஆனால் இங்குள்ள காமச்சித்தரிப்புகள் அலங்காரத்தன்மையுடன் மிகைப் படுத்தப்பட்டவை. உண்மையில் பல தோற்றங்கள் வரைதளத்தை நிரப்பும் நோக்கத்துடன் உருவாக்கப்ப்ட்டவை. அதீத நெளிவுகள் கைகால் பின்னல்கள் போன்றவை இதனாலேயே உருவாகின்றன.

இத்தகைய காமச்சித்தரிப்புகளுக்கு என்ன காரணம் இருக்க முடியும்? பலவகையான விளக்கங்கள் உள்ளன. வழிகாட்டிகள் பொதுவாக ‘காம குரோதங்களை வெளியே விட்டுவிட்டு உள்ளே செல்ல வேண்டும்’

கஜுராஹோ சிற்பங்கள்

என்பதை காட்டுவதற்காக இவை செதுக்கப்பட்டுள்ளன என்பார்கள். அது ஒரு பௌராணிக விளக்கம் மட்டுமே. வரலாற்று ரீதியாகப் பார்த்தால் இரண்டு விளக்கங்களைக் கொடுக்கலாம். ஒன்று அது அக்கால வாழ்க்கையின் பிரிக்கமுடியாத ஒரு கூறு. அக்காலகட்ட வாழ்க்கை என்பது கொண்டாட்டத்தால் ஆனது. ராமப்பாகோயில் மண்டபமே இதற்கு இன்னொரு உதாரணம். கலையும் கேளிக்கையு மாக பெரும் களியாட்டம் அந்த மண்டபத்தில் செதுக்கப்பட்டுள்ளது.

இன்னொரு விளக்கம் இந்தச் சிற்பங்களுக்கு தாந்த்ரீக வழிபாட்டு முறைமைகளுடன் நேரடியான உறவு உண்டு என்பது. கஜுராஹோவில் தாந்த்ரீகம் வலுவாக இருந்திருப்பதை இங்குள்ள பல்வேறு தாந்த்ரீக அடையாளங்கள் (யந்திரங்கள்) மூலம் நாம் அறியலாம். தாந்த்ரீக வழிபாட்டுக்கு கோயிலின் பெரும் கட்டமைப்புக்குள் ஓர் இடம் அளிப்பதற்காகவே இச்சிற்பங்கள் செதுக்கப்பட்டிருக்கலாம். அவை புறச்சுவர்களில் அமைந்திருப்பதும் முக்கியமானது.

தாந்த்ரீகம் என்பது பழங்குடி வழிபாட்டுமுறைகளின் நீட்சியாகும். அவ்வழிபாட்டுமுறைகள் பெருமதத்தின் தத்துவத்தால் விளக்கப்படும் போது தாந்த்ரீகம் உருவாகிறது. வழிபாட்டுக்காக களங்கள் வரைவதும், சின்னங்கள் உருவாக்குவதும், பிம்பங்கள் உருவாக்குவதும் தாந்த்ரீகத்தின் வழிமுறையாக உள்ளன. பல்வேறுவகையான அனுஷ்டானங்கள் குறியீட்டுச்சடங்குகள் மூலம் ஆழ்மனதை உக்கிரப் படுத்தி வெளிப்படச்செய்வது அவர்களின் இயல்பு. மனித உடலில் அழகையும் அழிவையும் அவர்கள் வழிபடுவதுண்டு. தாந்த்ரீகமுறை என்பது சைவம் வைணவம் சாக்தம் ஆகிய மூன்று மதங்களிலும் ஊடுருவி நீடிக்கும் ஒன்று. இந்தியாவின் யோக மரபில் தாந்த்ரீகத்தின் பங்களிப்பு மிக அதிகம். சிற்பக்கலை கட்டடக்கலை ஓவியக்கலை மருத்துவம் போன்றவற்றிலும் அது பெரும் பங்காற்றியிருக்கிறது. நாம் இன்றுகாணும் பல்வேறு இறைவடிவங்கள் தாந்த்ரீகத்தால் உருவாக்கப் பட்டவையே.

தாந்த்ரீகம் காலப்போக்கில் பெருமதங்களுக்குள் இழுத்து கரைக்கப் பட்டது. ஆறாம் நூற்றாண்டு முதல் உருவான பக்தி இயக்கமே தாந்த்ரீகத்தை இல்லாமலாக்கியது எனலாம். ஆனாலும் பண்பாட்டில் தாந்த்ரீகமுறைகளின் இடம் ஏதோ ஒருவடிவில் இருந்துகொண்டே இருக்கிறது. தமிழகத்தில் பெரும்பாலான சித்தர்கள் தாந்த்ரீக முறைகளைச் சார்ந்தவர்களே. கன்னட வசன இயக்கத்தைச் சார்ந்தவர்கள் பலர் தாந்த்ரீகர்கள். தாந்த்ரீகம் அதிகார அமைப்புக்கு வெளியே நிற்கும் தன்மை கொண்டதாகையால் அதில் ஒரு கலக அம்சம் எப்போதும் இருக்கிறது. ஒழுக்கவியலை அவர்கள் பொருட் படுத்தவில்லை. வாழ்க்கையை அவர்கள் விலக்கவில்லை, அறிய

முயன்றனர். ஆகவே காமத்தைக் கொண்டாடினர் அல்லது கடந்து சென்றனர்.

மத்தியபிரதேசம் பின்னர் கிருஷ்ணபக்தி அலையால் மூழ்கடிக்கப் பட்டது. வைணவத்தில் இருந்த தாந்த்ரீகம் முழுமையாகவே மறைந்தது. வங்கம் கேரளம் ஒரியா முதலிய மேற்குக்கரை பகுதிகளில் மட்டும் அது நீடித்தது. இப்பகுதியில் தாந்த்ரீகம் வலுவாக ஆட்சி செலுத்திய காலகட்டத்தின் சின்னமாக விளங்குகிறது கஜுராஹோ.

கொதிக்கும் வெயிலில் கஜுராஹோ சிற்பங்களைச் சுற்றி நோக்கியபடி அலைந்தோம். இந்தப்பயணமே சிற்பச் சுற்றுலாவாக ஆகிவிட்டது. மனதினுள் உள்ள கனவின் பிரதேசம் ஒன்றில் சிற்பங்கள் எல்லாம் ஒன்றுடன் ஒன்று கரைந்துவிட்டன. ஒரு விழிப்புநிலைக் கனவின் பரவசம். ஆராய்வதற்கும் அறிந்துகொள்வதற்குமான மனநிலையே இல்லை. சிற்பங்களில் இரண்டு அம்சங்கள் மீண்டும் மீண்டும் வந்தன. ஒன்று யானை. இன்னொன்று பெண். இரு உடல்களின் நளினமும் குழைவும் சிற்பிகளை படுத்தி எடுத்திருக்கிறது. பின்னால் திரும்பி நிற்கும் பெண்களின் அழகை கஜுராஹோவில் மட்டுமே கண்டோம். முதுகின் குழைவு, கைகளின் பாவனைகளில் வரும் இயல்பான தன்மை, சிரிப்பு வியப்பு வெட்கம்...

பார்த்துப் பார்த்து தீரவில்லை. ஆனால் சென்றாக வேண்டும். கஜுராஹோ சிற்பங்களை நிதானமாகப் பார்க்க இரண்டு நாட்களாவது வேண்டும். வருடம்தோறும் இங்கே நிகழும் நடனத் திருவிழாவுக்கு ஒருமுறை வந்த கல்பற்றா நாராயணன் ஒருவாரம் தங்கி சிற்பங்களை பார்த்ததாகச் சொன்னார்.

மதியம் பன்னிரண்டு மணிக்கு கஜுராஹோவில் இருந்து காசிக்குக் கிளம்பினோம்.

- 16 -

பீனா, சத்னா, ரேவா

கஜுராஹோவில் இருந்து நேராக காசிக்கு செல்வதாக எடுத்த முடிவு சிறந்தது அல்ல. எங்கள் பயணத்தில் ஆக மிக மோசமான சாலையை நாங்கள் கண்டது இந்தப் பயணத்தின்போதுதான். தேசிய நெடுஞ்சாலை 8 இது. ஆனால் தார்பரப்பு கூட கண்ணில் படவில்லை. சல்லிக் கற்கள் மீது ஏறி இறங்கி ஏறி இறங்கி குலுங்கி அதிர்ந்து சென்றோம்.

மத்தியப்பிரதேசத்தின் இப்பகுதியில் பல ஆறுகள் குறுக்காக ஓடுகின்றன. எல்லா ஆறுகளுமே நீர் நிறைந்தவை. வேளாண்மை நடப்பதைக் காணமுடிந்தது. மேலும் மேய்ச்சலும் அதிகமென்பதை அவ்வப்போது கண்ணில் பட்ட பெரும் பசுக்கூட்டங்கள் காட்டின. ஆனால் நாங்கள் கொடிய வறுமையையே எங்கும் கண்டோம். புழுதிப்படலத்துக்குள் மனிதர்கள் அழுக்கே உருவாக திரிந்தார்கள். தகரக்கூரைக் குடிசைகளில் காற்றுக்குப் பறக்காமலிருக்க பெரிய கற்களை தூக்கி வைத்திருந்தார்கள். நம்மூர் குடிசைகளைக்கூட ஒரு தொழில்தெரிந்த கொத்தனார் கட்டியிருப்பார். சுவர் விளிம்புகள் கச்சிதமாக இருக்கும்.செங்கல் அடுக்கு நூல்வைத்து கட்டப்பட்டு நேர்த்தியாக இருக்கும். இங்கே உள்ள குடிசைகள் அவற்றில் குடியிருப்பவர்களாலேயே கைவந்த போக்கில் மண்ணை குழைத்து அள்ளி வைத்துக் கட்டப்பட்டவை.

இந்தியாவை இணைக்கும் பண்பாட்டுக்கூறுகள் பலவற்றை நாங்கள் இப்பயணத்தில் கண்டோம். மதம், வாழ்க்கைமுறை, கலைகள், மனநிலை என பல. ஆனால் இந்தியாமுழுக்க பரவியுள்ள ஒரு பழக்கம் அனைத்தையும்விட நாம் இந்தியர் என்ற உணர்வை உருவாக்கக் கூடியது. தாரமங்கலம் முதல் இந்த நாள் வரை தெருவோரங்களில் மலம் கழிப்பதைப் பார்த்துக்கொண்டுதான் பயணம் செய்திருக்கிறோம். தாரமங்கலம் காளிகோயிலைச்சுற்றி மலக்காடு. ஆந்திராவில் லெபாக்ஷி கோயிலைச் சுற்றியும் மலம். தெருக்கள் எல்லாம் மலம். தமிழகத்தை விட ஆந்திரா மோசம். மத்திய பிரதேசத்துடன் ஒப்பிட்டால் ஆந்திரா எவ்வளவோ மேல்.

இங்கே பெரிய நகரங்களில் பேருந்து நிலையத்தை ஒட்டியே மலக்காடு. புண்டார்னே நகரில் காலையில் மையச்சாலையில் கூட்டம் கூட்டமாக அமர்ந்து மலம் கழிக்கிறார்கள். ஆணும் பெண்ணும் பேசிக்கொண்டே அமர்ந்து மலம் கழிக்கிறார்கள். அந்திகளில் சாலைகளில் கும்பல் கும்பலாக மலம் கழிப்பவர்கள் கலகலவென பேசிக்கொண்டு குவிந்திருந்தார்கள். எல்லார் கையிலும் அரைச்செம்பு அளவுள்ள தகர டப்பாவில் நீர்.

இப்பகுதியின் வீடுகளுக்குள் போகும்காரிலிருந்தே எட்டிப்பார்த்துக் கொண்டு வந்தேன். குழந்தைகள் விளையாடுகின்றன. பெரிசுகள் அமர்ந்திருக்கின்றன. மண்பானைகள் குமுட்டி அடுப்புகள் சட்டிகள் தென்படுகின்றன. முக்காடு போட்ட பெண்கள் வேலைசெய்து கொண்டிருக்கிறார்கள். ஆனால் மிகப்பெரும்பாலான வீடுகளில் மின் இணைப்பு இல்லை. நம்மூரின் குடிசைகள்கூட அஸ்திவாரம் எழுப்பி அதன்மீது கட்டப்பட்டிருக்கும். ஆகவே திண்ணை இருக்கும். இங்கே அப்படி இல்லை. நேராக தரையிலேயே கட்டியிருக்கிறார்கள். நடந்து நடந்து குழிவிழுந்து தரை பள்ளமாக இருக்கிறது. மழை பெய்தால் நீர் வீட்டுக்குள் ஊறிவந்துவிடும். ஆகவே தரையில் படுப்பதில்லை, தொய்வான கயிற்றுக்கட்டில்கள்தான். வீட்டுக்குள் சேறு மிதிபடுகிறது, தொழுவங்கள் போல.

வாரணாசி செல்லும் பாதையில் மத்தியபிரதேச - உத்தரபிரதேச எல்லையில் மாவோயிஸ்டு குழுக்களின் கொள்ளையும் பிற திருடர் கூட்டங்களும் உண்டு என்றார்கள். வரைபடத்தைப் பார்த்து ஒன்பது மணிக்குள் வாரணாசி போய்விடலாமென எண்ணியிருந்தோம். சாலை என்ற புழுதித்தடத்தில் ஊர்ந்து ஊர்ந்துதான் செல்ல முடிந்தது. நள்ளிரவாகிவிடுமென்று தோன்றியது. ஆனாலும் நிற்காமல் போய் விடுவதென முடிவுசெய்தோம்.

வழியில் நிறைய ஆறுகள் ஊடறுத்துச் சென்றன. எல்லாவற்றிலும் நன்றாகவே நீர் பெருகி ஓடியது. பீனா நதியைக் கண்டதும் இறங்கி

குளிக்கலாமென எண்ணி நிறுத்தும்படி சொன்னேன். ஆனால் நேரமாகி விட்டது என்றார் கிருஷ்ணன். அடுத்ததாக சத்னா என்ற ஆறு நீர் பெருகி ஓட தன் கரையில் ஒரு பழைய கோட்டை தென்பட்டது. காரை நிறுத்திவிட்டு இறங்கிப் போய் கோட்டைக்குள் பார்த்தோம். திறந்து கிடந்தது. இடிந்த அரண்மனைகள் லாயங்கள். மாலைவெயிலில் அவை முழுக்க மரணத்தின் புன்னகை போல ஓர் அமைதி.

சத்னா கோட்டை சத்ரசால் மன்னர்களால் ஆளப்பட்டது. 16 ஆம் நூற்றாண்டு வரை செயலுடன் இருந்திருக்கிறது. அவர்கள் ராஜபுத்திர வம்சத்தைச் சேர்ந்தவர்கள். முகலாய பாதுஷாக்களின் குறுநில மன்னர்கள். இறந்துபோன மன்னர்களுக்குக் கட்டப்பட்ட சமாதிகளில் சிவலிங்கம் பிரதிஷ்டை செய்து மண்டபம் கட்டியிருக்கிறார்கள். ஏராளமான மண்டபங்கள் பரவிய ஒரு திறந்த வெளி கோட்டை அருகே இருந்தது. ஒரு மண்டபத்தின் உட்பகுதியில் நல்ல சுவரோவியங்கள் இருந்தன.

திரும்பி வந்தால் ரஃபீக் அவரது காரை சத்னா நதியில் இறக்கி விட்டிருந்தார். அவர் கிட்டத்தட்ட ஒரு யானைப்பாகன். அவருக்கு காரின் நலன் தான் வாழ்க்கையில் முக்கியம். நீரைக்கண்டால் அதுவே இறங்கிவிடும். ஆயிரக்கணக்கான கிலோமீட்டர் ஓடும் எங்கள் கார் எப்போதும் பளபளப்பாகத்தான் இருக்கும். நாங்களும் சத்னாவில் குளிக்க முடிவெடுத்தோம்.

சத்னாவில் நீர் நீலநிறமாக சுத்தமாக ஓடியது. நீந்திக்குளித்தோம். ஒரு சிறுவர் கும்பல் பிள்ளையாரைக் கரைக்க வந்தது ''கணபதி பாபா மோரியா மங்கல மூர்த்தி மோரியா' என்று கீச்சுக்குரல் ஒலிகள். கணபதிக்கு உலர்ந்த சப்பாத்தியை படைத்திருந்தார்கள். குளித்துவிட்டு கரையிலேயே இருந்த டீக்கடையில் டீ குடித்தோம். சத்னா ஊரே சாக்கடையாலும் மலத்தாலும் நாறிக்கிடந்தது.

புழுதி வழியாகப் பயணம்செய்து ரீவா என்ற நதியின் கரையை அடைந்த போது காரின் பீம் விளக்கு ஃபியூஸ் ஆகிவிட்டது என்று ரஃபீக் சொன்னார். ஆகவே அதை அங்கே ஒரு கடையில் பழுது பார்த்தார். நாங்கள் இறங்கி நடந்தோம். ரீவா ஒரு அணையால் தடுக்கப்பட்டு அருவிபோல எம்பி நுரைத்து வழிந்துகொண்டிருந்தது. மாலைநேரம் ஊரே கலகலப்பாக இருந்தது. ஆனால் நல்ல உடையணிந்த மனிதர்கள் சிலரே. பெரும்பாலும் அழுக்குக் கந்தல்கள். தமிழ்நாட்டின் ஒரு சிற்றூரில்கூட பெரும்பாலானவர்கள் சுத்தமான நல்ல உடைகளையே அணிந்திருப்பார்கள் என்பதை அங்கேதான் நினைவுகூர்ந்தோம்.

முட்டையை வேகவைத்து உப்பு போட்டு கொடுத்தான் ஒரு பையன். அதை வாங்கிச் சாப்பிட்டோம். செந்திலும் சிவாவும் கிருஷ்ணனும்

ஒரு தனியார் வளாகத்துக்குள் சென்று அப்பால் இருந்த கோயில் ஒன்றுக்குச் சென்று மீண்டார்கள். நானும் வசந்த குமாரும் ஊருக்குள்ளேயே ஒரு சிறிய நடை நடந்தோம்.

கார் கிளம்பியது. மத்தியபிரதேசத்தை உத்தரபிரதேசத்துடன் இணைக்கும் இந்த தேசிய நெடுஞ்சாலையில் கண்முன் மஞ்சள்நிற திரை போல தூசி. தூசிக்காகவே வைப்பர் போடவேண்டியிருந்தது. எதிரே வண்டி வந்தால் அதன் விளக்கொளியில் தூசி ஒளிவிட்டு முழுமையாகவே கண்களை மறைத்தது. கண்களை அந்த ஒளி கூச வைத்தது. மத்தியபிரதேசம் பாரதிய ஜனதாவின் கோட்டை. அங்கே பிரசாரத்துக்கு வந்த அத்வானி அந்த தூசியில் ஒளி சுடர்விட்டதைக் கண்டிருக்க வேண்டும். இந்தியா ஒளிர்கிறது என்ற கோஷத்தை அவர் உருவாக்கியது அப்படித்தான்போலும்.

பின்னர் இரவு முழுக்க கார் பயணம்தான். திருடர் பயம் கொஞ்ச நேரம் உற்சாகம் அளித்தது. சாலையில் சென்ற பலர் கைகளில் துப்பாக்கிகள் இருந்தன. அதை வைத்து திகிலாக கதைகளை புனைந்து கொண்டோம். பின்னர் எல்லாருமே தூங்கிவிட்டார்கள். நானும் கிருஷ்ணனும் மட்டும் விழித்திருந்தோம். மணி பன்னிரண்டு தாண்டிவிட்டது. ரஃபீக் தூங்குவாரோ என்ற ஐயம் ஏற்பட்டதும் நான் அவரது பீபி மற்றும் பிள்ளைகளைப்பற்றி விரிவாகப் பேச ஆரம்பித்தேன்.

ஒருமணி தாண்டி வாரணாசியை அடைந்தோம். ஆனால் புயல் வேகத்தில் கங்கைப்பாலத்தை தாண்டி மறுகரை சென்றுவிட்டோம். கங்கை இருளுக்குள் மெல்லிய நீர் மினுக்கத்துடன் அரைசந்திர வடிவிலான படிக்கட்டுகளில் விளக்கொளிகள் பெரும் நெக்லஸ் போல ஜொலிக்க விரிந்து கிடந்தது. வெகுதூரம் சென்றபின்னர்தான் வாரணாசியை தாண்டிவிட்டோம் என்று புரிந்தது. ஆகவே வழிகேட்டு மீண்டும் திரும்பி வந்தோம்.

சுற்றிச் சுற்றி நகருக்குள் அலைந்தோம். நகரில் கடுமையான காவல் போட்டிருந்தார்கள். 2006 ல் காசியை உலுக்கிய குண்டுவெடிப்புகள் தான் காரணம். காசிக்கு மீண்டும் தீவிரவாத மிரட்டல் இருக்கிறது. பின்னிரவு நேரத்திலும் போலீஸ்காரர்கள் விழித்திருந்தார்கள். அவர்களிடம் வழிகேட்டு ஜங்கம்பாடி மடத்துக்குச் சென்றோம். சிவாவின் உறவினர் ஒருவர் காசிக்கு பயணங்களை ஒழுங்குசெய்பவர். அவரிடம் சொல்லி ஜங்கம்பாடி மடத்தில் அறை ஏற்பாடு செய்திருந்தோம்.

ஜங்கம்பாடி மடத்தை அடைந்து அதன் பொறுப்பாளரான குடுமிக்காரரை எழுப்பினால் எழுந்து வெகுநேரமாகியும் அவர் விழித்துக் கொள்ள வில்லை. எங்கள் பெயர்களை தவறாக எழுதி வைத்திருந்தார். அவருக்கு

இந்தி தவிர வேறு மொழிகள் தெரியாது. அவருக்கு சொல்லிப் புரியவைக்க முயன்று தோற்றபின் எங்களுக்கு அறை ஏற்பாடு செய்தவரின் உள்ளூர் ஏஜெண்டை ஃபோனில் அழைத்தோம். அவர் எடுத்தது நல்லூழ்தான். அவர் இவரிடம் பேசியபின் ஒருவழியாக அறை கிடைத்தது. நல்ல அறைகள்தான். புதிதாகக் கட்டப்பட்ட இணைப்புக் கட்டடத்தில்.

ஜங்கம்பாடி மடம் கன்னட ஜங்கம ஜாதியினருக்கு உரியது. இவர்கள் வெலமர் என்ற சாதிக்குரிய புரோகிதர்கள். விளமர்கள் கன்னட சத்ரியர்கள், தமிழ்நாட்டிலும் வாழ்கிறார்கள். பெரிய மடம். நிறைய தூண்கள் கொண்ட நூற்றாண்டு பழக்கமுள்ள பெரிய கட்டடங்கள். தினமும் பலநூறு பயணிகள் வந்து திண்ணைகள் முழுக்க பரவிக் கிடந்து தூங்கி குளித்துச் சென்றார்கள்.

நாங்கள் சென்ற உடனேயே படுத்துவிட்டோம். மணி மூன்று அப்போது. காலை ஒன்பதுக்கு எழுந்தால் போதும் என்று திட்டம்.

- 17 -

வாரணாசி

வாரணாசி என்ற குரல் காதில்விழாமல் நம்மில் பெரும் பாலானவர்களின் தினம் தொடங்குவதில்லை. எம்.எஸ். சுப்புலட்சுமியின் குரலில் 'வாரணசீ குலபதே மம சுப்ரபாதம்' என்று கேட்டபடிதான் காலைகள் விடிகின்றன. வாரணாசி ஆங்கிலத்தில் பனாரஸ். இன்னொரு பெயர் காசி. காலபைரவக்ஷேத்ரம் என்பதில் இருந்து வந்தது காசி என்ற சொல். வருணா மற்றும் அஸி என்ற இரு துணையாறுகளுக்கு நடுவே கங்கை பிறைவடிவில் செல்லும் 108 படித்துறைகளுக்கு மட்டும் வாரணாசி என்று பெயர். பாலி மொழியில் பருணாசி என்று சொல்லப்பட்டு ஆங்கிலத்தில் பனாரஸ் ஆகியது.

இந்துக்கள் சமணர்கள் பௌத்தர்கள் சீக்கியர்கள் ஆகிய அனைவருக்குமே முக்கியமான தலம் காசி. மகாபாரதம் முதல் மீண்டும் மீண்டும் புகழப்படும் தலம். கங்கையின் கரையில் இருக்கும் நூற்றியெட்டு படிக்கட்டுகளும் காசி விஸ்வநாதரின் ஆலயமும்தான் காசியின் சிறப்புகள். நூற்றாண்டுளாக காசி முக்திக்குரிய தலமாக நம் மூதாதை யரால் எண்ணப்படுகிறது. காசிக்குச் சென்று கங்கையில் நீராடினால் பாவங்கள் முற்றாக அகலும் என்ற நம்பிக்கை இந்துமதத்தின் எல்லா பிரிவுக்குள்ளும் இந்தியாவின் எல்லா பகுதிகளிலும் தீவிரமாகவே இருக்கிறது.

இந்து மரபில் காசியில் இறந்தால் மோட்சம் என்று நம்பப் படுகிறது. ஆகவே முதுமையில் காசிக்கு வருவதென்பது

காசிப் படித்துறை

ஒரு முக்கியமான சடங்காக நெடுங்காலம் முதலே இருந்துள்ளது. காசியில் கங்கையில் இறந்தவர்களின் எச்சங்களைக் கரைப்பதும் கங்கை நீரில் இறந்தவர்களுக்கு நீத்தார்கடன்களைக் கழிப்பதும் தென்னாட்டில் பற்பல நூற்றாண்டுகளாக இருந்துவரும் வழக்கம். காசியிலிருந்து கங்கைநீரை கொண்டுவந்து பாதுகாத்து வைத்திருந்து இறப்பவர்களின் நாவில் இறுதியாக விடுவதுண்டு. தமிழ்நாட்டில் காசி விஸ்வநாதரின் சன்னிதி பெரும்பாலும் எல்லா சிவாலயங்களிலும் இருக்கிறது. ஆண்களுக்கு காசி என்ற பெயர் மிகமிக அதிகமாக உள்ளது.

காசிக்கு நான் முதலில் வந்தது 1981 ல். தனியாக வந்தேன். துறவி என்று சொல்லக்கூடாது, பரதேசி என்று சொல்ல வேண்டும். கிட்டத்தட்ட ஒருமாதம் கண்ட இடத்தில் தூங்கி இலவச உணவுகளை உண்டு இங்கே வாழ்ந்தேன். அதன் பின் 1984ல் ஒருமுறை வந்து எட்டுநாட்கள் இருந்தேன். அதன் பின்னர் 1986ல் ஆண்ட்ரியாவுடன் வந்து சண்டைபோட்டு விலகிச் சென்று மீண்டும் கண்டுபிடித்துக் கொண்டு மீண்டும் சண்டை போட்டு ஹரித்வாருக்குக் கிளம்பிச் சென்றோம். அதன் பின்னர் 2006ல் 'நான்கடவுள்' படப்பிடிப்புக்காக வந்து நாற்பத்தைந்து நாட்கள் தங்கியிருந்தேன். காசியின் சந்து பொந்துகள் எல்லாமே எனக்குத்தெரியும். காசியின் வாழ்க்கை தெரியும்.

பனாரஸ் என்று இன்று நாம் சொல்லும் ஊர் கங்கைக் கரைக்கு அப்பால் விரிந்து கிடக்கும் மாநகரம். பட்டுநெசவும் பாத்திரங்கள் உற்பத்தியும் பெருகிய தொழில்நகரம். அதற்கும் கங்கைக்கரையோரம் இருக்கும் பழைய காசிக்கும் தொடர்பில்லை. பனாரஸ் வாசிகள் பழைய காசிக்கு வருவதில்லை. இங்கே உள்ளவர்கள் பெரும்பாலும் வேறுபகுதியைச் சார்ந்தவர்கள். அன்றாடம் வந்து குவியும் பயணிகள். அவர்களுக்குச் சடங்குகள் செய்துவைக்கும் புரோகிதர்கள். சிறுவணிகர்கள். பெரும் பாலும் எல்லா இந்திய சாதியினருக்கும் காசியில் தனியான மடங்கள் உண்டு. அவர்கள் அங்கே வரும்போது தங்குவதற்காக. தமிழகத்தின் முக்கியமான சைவ மடங்களுக்கு காசியில் கிளைகள் உண்டு. முன்பெல்லாம் இளைய தம்புரான் காசியில்தான் இருப்பார். பெயருடன் காசிவாசி என்று போட்டுக்கொள்வார்கள். குமரகுருபரர் நெடுங்காலம் காசியில் வாழ்ந்தவர். குமரகுருபரர் மடம் என்றே தனியாக இருக்கிறது. எல்லா மாநிலத்தவர்களுக்கும் அவர்களுக்குரிய பிராமணர்கள் உண்டு. தமிழ் அய்யர்களின் ஒரு சமூகமே காசியில் இருக்கிறது.

காசி அழகற்ற நகரம். அதன் நெரிசலுக்கு ஈடு இணையே கிடையாது. காரணம் இன்றைய வண்டிகள் ஏதும் பழக்கத்துக்கு வராத மிகப்பழங் காலத்தில் அதன் பெரும்பகுதி உருவாக்கப்பட்டுவிட்டது. மிக மிக குறுகலான சந்துகளால் ஆனது காசி. சந்துகள் எல்லாம் எப்படியோ கங்கையின் படிக்கட்டு ஒன்றை நோக்கி சென்று இறங்கும். தெருக்கள் கடப்பைக்கல் பாவப்பட்டவை. பெரும்பாலான சந்துகளில் மனிதர்கள் மட்டுமே நடக்க முடியும். சற்றுப் பெரிய சந்துகளில் சைக்கிள் ரிக்ஷாக்கள் நகரும். சைக்கள் ரிக்ஷாக்கள்தான் இப்பகுதியின் அதிகமாக உள்ள வாகனங்கள்.

ஆனால் காசியளவுக்கு சுவாரஸியமான இன்னொரு நகரம் இந்தியாவில் இல்லை. பலவகையான மக்கள் வந்து குழுமியபடியே இருக்கிறார்கள். தெருக்களில் எப்போதும் ஆர்வமூட்டும் ஒரு விசித்திர முகம் தென்படும். சின்னச்சின்ன சந்துகளில் வாழ்க்கை நுரைத்துக் கொந்தளிக்கிறது. மக்கள்மீது பாசம் கொண்ட ஒருவன் காசியை எப்படியோ விரும்ப ஆரம்பித்துவிடுவான்.

காசி மரணத்தின் நகரமும் கூட. இங்கே மரணம்தான் முக்கியமான தொழில் முக்கியமான பேசு பொருள். பொழுதுபோக்கும் மரணம்தான். காசி என்றாலே பிரபலமான மணிகர்ணிகா கட், அரிச்சந்திர கட் என்ற இரு பெரும் சுடலைப்படிக்கட்டுகள்தான் நினைவுக்கு வரும். காசியில் ஒருபோதும் சிதை அணையக்கூடாது என்று ஒரு வரம் உள்ளதாம். காசிவாசி காலபைரவ மூர்த்திக்கு சிதைதான் பலி. அந்த வரம் இன்றுவரை இல்லாமலாகவில்லை. எப்போதும் சுடலைப்படிகளில்

பிணங்கள் எரிந்து கொண்டிருக்கும். பிணங்கள் எரிய பிணங்கள் மஞ்சள் சரிகை மூடி காத்துக் கிடக்கும். பிணங்களை சைக்கிளில் வைத்து கட்டியபடி சந்துகளில் ஓட்டிவருவார்கள். ஆட்டோ ரிக்ஷாக்களின் மேலே ஏற்றி வருவார்கள். சாற்றி வைத்துவிட்டு அமர்ந்து டீ குடிப்பார்கள். காசியில் மரணம் அதன் பொருளை இழந்து விட்டிருக்கிறது.

காசி அந்நியர்களின் நகரம். இந்தியாவெங்கும் இருந்து சாமியார்களும் பைராகிகளும் காசிக்குதான் வந்துகொண்டிருக்கிறார்கள். விதவிதமான சாமியார்களை இங்கே காணலாம். அஹோரிகள் என்று சொல்லப்படும் கரிய உடை தாந்த்ரீகர்கள், நாகா பாபாக்கள் என்று சொல்லப்படும் நிர்வாணச் சாமியார்கள் அவர்களில் உக்கிரமானவர்கள். இதைத்தவிர உலகம் முழுக்கவிருந்து ஹிப்பிகள் நாடோடிகள் ஓரினச்சேர்க்கை யாளர்கள் போதை அடிமைகள் காசிக்கு வந்தபடியே இருக்கிறார்கள். அவர்கள் அனைவருக்கும் காசியில் இடமிருக்கிறது.

காசி போதையின் நகரம். போதை என்றால் கஞ்சா அல்லது சரஸ் அல்லது ஃபாங். கஞ்சாகுடிக்கும் சிலும்பிகளை தெருவில் போட்டு விற்கிறார்கள். எங்கே கைநீட்டினாலும் கஞ்சா கிடைக்கும். மேலும் தீவிரமான போதைப்பொருட் களும் சாதாரணமாகக் கிடைக்கும் என்று சொன்னார்கள். காலையின் கடுங்குளிரில் நடக்கச்சென்றால் படித்துறை ஓரமாக சாமியார்கள் கஞ்சாவுடன் அமர்ந்திருப் பதைக் காணலாம். காசி வைராக்யத்தின் துறவின் நகரம். காசி பைத்தியத்தின் நகரம். காசி சுடலைச் சாம்பல் பூசிய பித்தனின் வாசஸ்தலம்.

காசியில் கலைகளும் இலக்கியமும் தத்துவமும் செழித்திருந்தன. இன்றும் காசி இவற்றின் தலைநகர்தான். கபீர் ரவிதாஸ், முன்ஷி பிரேம்சந்த் போன்ற பல கவிஞர்கள் எழுத்தாளர்கள் இங்கே வாழ்ந்தார்கள். உஸ்தாத் பிஸ்மில்லா கான், ரவிசங்கர் போன்ற இசைமேதைகளின் நகரம் இது. காசியின் தத்துவ சதஸுகள் புகழ்பெற்றவை. காசிவித்யாபீடம் இன்று காசி பல்கலைக் கழகமாக பெருகிவளர்ந்துள்ளது. பாரதி தன் தத்துவக் கல்வியை காசியிலேயே பெற்றார்.

காசியின் மொழி இந்தியாக இருந்தாலும் இங்குள்ள பூர்வீக மொழி போஜ்புரிதான். போஜ்புரி சமஸ்கிருதத்தின் அபப்பிரம்ஸமொழி என்பார்கள். அவிமுக்தகா, ஆனந்தகானனம், மகாமசானம்,

சுரந்தானனன், பிரம்ம வர்த்தம், ரய்மகம் போன்ற பல பெயர்கள் காசிக்கு புராணங்களில் உண்டு. ரிக் வேதத்திலேயே சிவருத்ரனின் இருப்பிடமாக காசி குறிப்பிடப்பட்டிருக்கிறது.

வாரணாசிமேல் படையெடுத்த முதல் அந்நிய ஆட்சியாளர் முகமது கஜினி (1033) பின்னர் முகமது கோரி (1193). இவர்களால் இந்நகரம் முழுமையாக அழிக்கப்பட்டிருக்கிறது. சிலவருடங்களுக்குள் மீண்டும் கட்டி எழுப்பப்பட்டது. அக்பர் காலத்தில் இந்நகரத்தை புதுப்பிக்க நிதியுதவியும் ஊக்கமும் அளிக்கப்பட்டது. முகலாய கட்டடக்கலை பாணியிலான படித்துறைகளும் அரண்மனைகளும் அமைந்தன. ஆனால் ஔரங்கஜீப் இந்நகரை அழித்து இதன் பெயரையும் முகம்மதாபாத் என்று மாற்றினார்.

பின்னர் மராட்டியர்கள் காசியைக் கைப்பற்றினார்கள். இன்றுள்ள காசி மராட்டியர் காலத்தில் இடிபாடுகளில் இருந்து மீண்டும் கட்டி எழுப்பப்பட்டது. மராட்டிய வம்சத்தவரான மன்னர் காசியின் சிற்றரசரானார். இவர்கள் காசியின் மறுகரையில் ராம்நகர் என்ற ஊரை நிறுவி காசியை ஆண்டனர். பிரிட்டிஷ் ஆட்சிக்காலத்தில் குறுநில மன்னர்களாக இருந்து சுதந்திரம் கிடைப்பதுவரை நீடித்தனர்.

காலை பத்து மணிக்கு காசிப் படித்துறைகளுக்குச் சென்றோம். ராஜேந்திரபிரசாத் கட்டில் இறங்கி அஸ்ஸி நோக்கி நடந்தோம். உயர்ந்த கோட்டை முகப்புகள் போன்று ராஜஸ்தானி, முகலாய பாணிகளில் சிவந்த கற்களால் உப்பரிகைகள் மற்றும் பெரும் தூண்களுடன் கட்டப் பட்ட படித்துறைகள் காசிக்கு தொன்மையின் கம்பீரத்தை அளிக்கின்றன. விஜயநகர் கட் வேறு வகையில் கம்பீரமானது. காசியின் ஏராளமான கட்டடங்கள் கைவிடப்பட்டு இடிந்த நிலையில் கிடந்து உள்ளூர்வாசிகளால் கைப்பற்றப்பட்டு இன்று விடுதிகளாக உள்ளன.

வெயில் கொளுத்தியது. வசந்தகுமாரும் கல்பற்றா நாராயணனும் அவர்களால் நடக்கமுடியவில்லை என்று சொல்லி அறைக்குக் கிளம்பி விட்டார்கள். செந்திலும் சிவாவும் ராணாகட்டில் இறங்கி குளித்தார்கள். 15 நாள் முன் கங்கையில் பெருவெள்ளம் வந்திருக்கிறது. மேலே உள்ள விடுதிகள் வரை வெள்ளம். அதனால் மலைமலையாக சேறு படித்துறை களை மூடியிருந்தது.

நாங்கள் அரிச்சந்திரா கட்டை அடைந்தோம். அங்கே நான்கு பிணங்கள் இருந்தன. இரண்டு பிணங்கள் எரிந்து கொண்டிருந்தன. காசியில் சிதை உடலின் முக்கால் பங்குக்கு மட்டுமே அடுக்கப்படும். தலையும் கால்களும் வெளியே கிடக்கும். உடல் எரிந்து வயிறு பிளந்து நீர் பொருள் வெளியேறியதும் உடலை அப்படியே அமுக்கி எரிந்து உருகிக் கொண்டிருக்கும் கால்களை குச்சியால் மடித்து உள்ளே தள்ளுவார்கள்.

எரிந்த கால் மடிக்கப்பட்டபோது சிவா ''அய்யோ'' என்று கூவி விட்டார். தலை ஒரு துணியால் மூடப்பட்டிருந்தது. வெப்பத்தில் அது மெல்ல உருகி மண்டை ஓட்டு வடிவை காட்டியது. காசியில் பிணங்கள் அரைகுறையாக நீரில் விடப்படும் என்பது பொய். எரிந்த சாம்பலின் சிறு பகுதி மட்டும் உறவினருக்கு வழங்கப்பட்ட பின் மிச்சம் படகுகளில் ஏற்றி மறுகரையில் உள்ள மயானத்துக்கு செல்லும். அதற்கான படகுகள் கங்கையில் அசைந்து நின்றன.

காசியில் சிதைக்கு பயங்கரம் இல்லை. கூட்டம் கூட்டமாக நின்று சிதையை வேடிக்கை பார்த்தார்கள். சாதாரணமாக சிரித்துப் பேசிக் கொண்டு வேர்க்கடலை தின்றார்கள். நாங்கள் ஒரு தண்ணீர் புட்டி வாங்கச் சென்றோம். குளிர்பானம் குடித்துக் கொண்டிருந்தபோது ஒரு பிணம் ஆட்டோரிக்ஷாவின் மீது கட்டப்பட்டு வந்தது.

அஸ்ஸி கட்டுக்கு வந்தபோது மழை பிடித்துக் கொண்டது. சற்றுநேரம் ஒதுங்கி நின்றோம். ஒரு மாபெரும் எருமை வந்து கிருஷ்ணனிடம் ம்ம்மே என்று கேட்டது. அது வழக்கமாக ஒதுங்கி நிற்கும் இடமாக இருக்கலாம். அங்கிருந்து ஆட்டோ ரிக்ஷாவில் ஏறி புதிய பாலம் வழியாக கங்கையை கடந்து ராம்நகர் சென்றோம். காசி மகாராஜா குதிரை ஓடுவதற்காக போட்ட செங்கல் சாலையில் கடகடவென ரிக்ஷா சென்றது.

ராம்நகர் அரண்மனை கங்கைக் கரையில் ஒரு பெரிய கோட்டைபோல எழுந்து நிற்கிறது. கோட்டைக்குள் ஒரு பெரிய அருங்காட்சியகம் உள்ளது. மகாராஜாவின் பழைய கார்கள் சாரட் வண்டிகள் பல்லக்குகள் அம்பாரிகள் மற்றும் துப்பாக்கிகள் உள்ளன. இப்பொருட்களின் பரிணாமத்தை அறிய உதவும் மிகச்சிறந்த சேகரிப்பு இது. சாரட் போலவே இருக்கும் பழைய ஃபோர்டு கார்கள், ஸ்டூடிபேகர் கார்கள். சாரட் வண்டிகள் மெல்ல மெல்ல அதிர்வுசமனிகள் சேர்க்கப்பட்டு பிரம்மாண்டமாக மாறி வந்திருப்பதைக் காணலாம். பழைய கார்கள் அனைத்துமே அரச கம்பீரத்துடன்தான் உள்ளன. அவை அவசியப் பொருட்கள் என்பதற்குமேலாக ஆடம்பரப்பொருட்களாகவே இருந்திருக்கின்றன. வெள்ளியில் தந்தத்தில் பித்தளையில் மூங்கில் மரத்தில் செய்யப்பட்ட விதவிதமான பல்லக்குகள்...

மகாராஜா துப்பாக்கி சுடுவதில் நிபுணர். நாணயங்களை மேலே எறிந்து சுடுவாராம். சுட்ட நாணயங்கள் வைக்கப்பட்டிருக்கின்றன. நூற்றுக் கணக்கான துப்பாக்கிகள் 1800 கள் முதல் ஸ்மித் ஆன் வெஸ்சன், கோல்ட் வகை வரை. அதேபோல உலகம் முழுக்க உள்ள பலவகை யான வாட்கள். ஜப்பானிய கொரிய சீன டச்சு வாட்கள். கலைப்பொருள் என்றாகும்போது கொலைக்கருவிகள் கூட அழகானவையாக ஆகிவிடுகின்றன.

மதியம் மூன்று மணிக்கு அறைக்கு திரும்பி உடனே படுத்து தூங்கி விட்டோம். நான் சாப்பிடவேயில்லை. அத்தனை களைப்பு. ஐந்து மணிக்குத்தான் எழுந்தேன். உடனே கிளம்பி விஸ்வநாதர் கோயிலுக்குச் சென்றோம். கோயில் மராட்டியர் காலத்தில் கட்டப்பட்டது. சிவப்புச்சாயமிடப்பட்ட சிறிய கோயில் அப்பகுதி இடிபாடுகளாகக் கிடந்து தன்னிச்சையாக உருவாகி வந்ததாகையால் மிகமிக நெரிசலானது. கோயிலுக்கு இருவர் மட்டுமே இடிக்காமல் செல்லக் கூடிய சந்து வழியாகவே செல்லவேண்டும். கடுமையான போலீஸ் சோதனை. செல் ஃபோன்கள் அனுமதி இல்லை.

அதிக கூட்டம் இல்லை என்றாலும் நெரிசல் இருந்தது. காசியில் நாமே லிங்கத்துக்கு நேராக பூஜை செய்யலாம் என்பதை அனைவரும் அறிவார்கள். ஆனால் எந்தவிதமான ஒழுங்கும் முறையும் இல்லாத இடம் இது. நெடுங்காலம் இடிபாடுகளாகக் கிடந்த பின் மீட்கப்பட்டு தன்போக்கில் உருவாகிவந்தது. இந்த இடத்தை கைப்பற்றி வைத்திருந்த படகோட்டும் குகா சாதியினருக்கு இப்பகுதி மீது மேலாதிக்கம் உள்ளது. பாரம்பரியமான சடங்குகள் முறைகள் எல்லாம் மறைந்துவிட்டன. நாடெங்கும் இருந்து வந்த பல்வேறு இன மக்கள் அவர்களுக்கு தோன்றிய வகையில் வழிபடுகிறார்கள். தொட்டு வணங்குவது தழுவ முற்படுவது மேலேயே விழுந்துவிடுவது எல்லாம் உண்டு.

கங்கா ஆர்த்தி

காசி விஸ்வநாதர் கோயிலை ஒட்டி ஔரங்கஜீப் பழைய கோயிலை இடித்துக் கட்டிய பழைய மசூதியின் கும்பம் உள்ளது. அதற்கு கடுமை யான போலீஸ் காவல் போடப்பட்டிருக்கிறது. அருகே விசாலாட்சி அன்னபூரணி ஆலயங்களைக் கண்டுவிட்டு தஸாஸ்வமேத கட்டுக்கு சென்றோம்.

ஏழரை மணிக்கு அங்கே கங்கா ஆர்த்தி சடங்கு உண்டு. கங்கையை தெய்வமாக உருவகித்து அப்படித்துறையை கருவறையாக ஆக்கி செய்யப்படும் விரிவான பூஜைதான் அது. சங்கு ஊதி மலரும் தூபமும் காட்டி விளக்கால் ஆரத்தி எடுப்பார்கள். ஐந்து இளம் பூசாரிகள் ஒரு நடனம் போல நிதானமாக ஒத்திசைவுடன் செய்யும் இந்த பூஜை ஒரு அழகிய கலைநிகழ்ச்சி போலவும் இருக்கும். ஏராளமான பேர் கூடுவார்கள். கங்கையின் பழைமையும் அதன் மாட்சியும் நம் நினைவில் இருந்தால் இது ஒரு உணர்ச்சிகரமான நிகழ்ச்சியே.

எட்டரை மணிக்கு கூட்டம் கலைந்தபின் நாங்கள் ஒரு படகு அமர்த்திக் கொண்டு கங்கையில் உலவினோம். பௌர்ணமிக்கு ஒருநாள் முந்திய நிலவு வானில். நல்ல காற்று. கரையில் ஒளியுடன் சூழ்ந்த ஓங்கிய படித்துறை கட்டடங்கள். ‘‘நல்லாத்தான் இருக்கு ஜெயன்’’ என்று வசந்தகுமார் அவரது உச்சகட்ட பரவசத்தை பதிவுசெய்தார்.

மணிகர்ணிகா கட்டில் பிணங்கள் எரியும் செவ்வெளிச்சம். அங்கிருந்து எதிர் ஓட்டத்தில் சென்று அரிச்சந்திரா கட்டத்தை பார்த்தோம். அங்கும் சிதைகள் செவ்விதழ்களாக நெளிந்தன. மீண்டும் கரைக்கு வந்து சாப்பிட்டுவிட்டு அறைக்குச் சென்றோம். நல்ல தூக்கம்.

காலையில் நான் சிவா செந்தில் மூவரால் மட்டுமே எழ முடிந்தது. மற்றவர்களுக்கு களைப்பு. நாங்கள் கங்கைக்குச் சென்று ஒரு படகு அமர்த்தி மறுகரைக்குச் சென்று அங்கே தெளிவாக ஓடிய கங்கை நீரில் நீந்திக் குளித்தோம். இந்தப்பயணம் காவேரிக்கரையில் தொடங்கி கங்கையில் உச்சம் கொண்டிருக்கிறது. நடுவே கிருஷ்ணா, கோதாவரி, நர்மதை போன்ற நதிகள். தீர்த்தாடனம் என்று பழையவர்கள் இதைத்தான் சொல்கிறார்கள். நம் மண்ணுக்கு ஆத்மா போல ஓடும் இப்பெருநதிகள் அன்றி கண்முன் தெரியும் தெய்வங்கள் பிறிதில்லை என்று உணர்ந்திருந்தார்கள் முன்னோர்.

- 18 -

சாரநாத்

காசியில் இருந்து சாரநாத் பத்து கிலோமீட்டர் தொலைவில்தான் இருக்கிறது. காசியைச் சேர்ந்த ஒரு புறநகர் காட்டுப்பகுதியாக அது இருந்திருக்கலாம். நாங்கள் காலை ஒன்பது மணிக்கு கிளம்பி காசியை நீங்கினோம். கங்கைமீது பாலத்தில் செல்லும்போது காசியின் பிறைவடிவ படித்துறைகளை உயரமான பாலத்தில் இருந்து கொண்டு பார்த்தோம். அவ்வேளையில் அங்கே நீத்தார்கடன்செய்யும் மக்கள் திரள் கரையிலிருந்து கங்கைக்கு வெள்ளம் போல இறங்க காசியே பெரிய தேனீக்கூடு போல முழங்கிக் கொண்டிருந்தது.

சாரநாத் செல்லும் பாதையிலேயே ஒரு புராதனமான ஸ்தூபியின் இடிந்த எச்சம் உள்ளது. அதுவே பத்தாள் உயரத்தில் செங்கல்லால் ஆன விசித்திரமான கட்டடம் போல சாலையோரம் எழுந்து நின்றது. அருகே குடிசைக் கடைகள் சில இருந்தன. அசோகர் காலத்தில் கட்டப்பட்ட ஸ்தூபி அது.

சாரநாத் வளாகத்தை பத்து மணிக்கு அடைந்தோம். சிற்றுண்டியை அங்கேயே வைத்துக் கொண்டோம். இலங்கையைச் சேர்ந்த சுற்றுலாப்பயணிகளும் கொரியா, தாய்லாந்து நாடுகளைச் சேர்ந்த சில பிட்சுகளும் கண்ணில் பட்டனர். நம் மனதில் பிட்சு என்று இருக்கும் சித்திரம், காவி உடை, மொட்டை, கமண்டலம் ஆகியவற்றுடன் தெளிந்த கண்களும் வெண்ணிறமான வட்ட வடிவ

தமேக் ஸ்தூபி, சாரநாத்

முகமும் அந்த மங்கோலிய முகமுள்ள பிட்சுகளுக்கே பொருந்திச் செல்கிறது. சில கரிய பிட்சுகள் ஸ்ரீலங்காவிலிருந்து வந்திருந்தார்கள், ஆனால் மனம் அவர்களை ஏற்க மறுக்கிறது. காரணம் ஏராளமான புகைப்படங்கள் வழியாக நெடுங்காலம் முன்பே நம் மனம் பழகி விட்டிருப்பதுதான். பல பிட்சுகளுக்கு இருபதுகளுக்குள்தான் பிராயம் இருக்கும். இளமையானது பிட்சு உடைக்கு மிகவும் பொருந்திச் செல்கிறது.

சாரநாத் புத்தருக்கு முந்நூறு வருடம் முன்னரே - அதாவது கி.மு. அறுநூறிலேயே - முக்கியமான ஞான மையமாக இருந்திருக்கிறது. சமணர்களின் தலைமையகம் அது. சமண தீர்த்தங்கரர்களில் மூவர் அங்கே இருந்திருக்கிறார்கள். ஞானம் தேடி அரசும் குடியும் குடும்பமும் துறந்து சித்தார்த்தன் அங்குதான் வந்தார். சமணர்களில் ஒருவராக அமர்ந்து ஊழ்கம் பயின்றார். பின்னர் அவர்களின் அதி உக்கிர தவத்தால் உடல்தான் நலிகிறது மனம் கூடவே நலிவடைகிறது என்று கண்டு அவர்களை விட்டு நீங்கினார். கயாவுக்குச் சென்று போதியின் அடியில் அமர்ந்து தவம்செய்து ஞானம் பெற்று புத்தராக ஆனபின்னர் அவர் திரும்பி வந்தார். சாரநாத் வந்து அங்கிருந்த சமணர்களை தன் ஞானத்தால் வென்று பௌத்தர்களாக ஆக்கினார். கொண்டணா, வேபா, பத்தியர், மகாநாமர், அஸாஜி ஆகியோர் முதல் சீடர்கள். ஆஷாட மாசம் முழுநிலவுநாளில் புத்தர் வந்தார் என்று ஐதீகம்.

அந்த வெற்றிதான் பௌத்த மதத்தின் முதல் பெரும் நிகழ்வு. சாரநாத் என்ற பெரும் கல்விமையம் பௌத்த ஞானத்துக்கு வந்தபோது அங்கிருந்து நான்குபக்கமும் புத்த பிட்சுகள் கிளம்பிச்சென்று கீழை உலகையே பௌத்தமயமாக்கினார்கள். சாரநாத் அதன்பின் ஐந்து நூற்றாண்டுக்காலம் பௌத்த ஞானத்தின் மையமாக விளங்கி வந்திருக்கிறது. அசோகர் காலம் முதல் அது ஒரு பல்கலைக்கழகமாக வளர்ச்சி பெற்றது. இதற்கு 'மிருகதயா நகர்' என்ற பெயர் இருந்திருக்கிறது. காரணம் இங்கே மான்கள் பேணப்பட்டிருக்கின்றன. இசிபட்னா அல்லது ரிஷிபட்டினம் என்றும் பெயர் உண்டு.

புத்தரின் வெற்றியை நினைவுகூரும்வகையில் அமைக்கப்பட்டது அங்குள்ள ஸ்தூபி. அசோகர் கால ஸ்தூபியை உள்ளடக்கி குப்தர் காலத்தில் அடுத்த ஸ்தூபி அமைக்கப்பட்டது. புத்தர் தன் முதல் சீடர்களை அடைந்த இடமாதலாலும் தன் ஞானத்தை விளக்கிப் பேருரை ஆற்றிய இடம் என்பதனாலும் இங்குதான் பௌத்தமதம் பிறவிகொண்டது என்று நம்பப்படுகிறது. இதை தர்ம சக்கர பிரவர்த்தனம் - அறவாழிச் செயல் தொடக்கம் - என்று பௌத்த மெய்ஞான மரபு சொல்கிறது. இடக்கையால் சின் முத்திரை (தர்ம சக்கரத்தின் சின்னம்) காட்டி வலக்கையால் அதைச் சுட்டிக்காட்டி புத்தர் அமர்ந்திருக்கும் காட்சி இதைச் சுட்டுகிறது. 36 ஆரங்கள் கொண்ட தர்ம சக்கரம் பௌத்த மெய்ஞானத்தின் குறியீடு.

சாரநாத் இன்று பெரும்பாலும் இடிபாடுகளின் பரப்பு. தொடர்ச்சியான அகழ்வாய்வுகளும் பராமரிப்புகளும் இங்கே நடந்து வருகின்றன. ஆகவே அழகிய புல்வெளி நடுவே தொல் எச்சங்கள் சிறப்பாக பேணப் பட்டிருக்கின்றன. சாரநாத் பல்கலையில் வாழ்ந்த பௌத்த ஞானிகளின் உடல்கள் மேல் எழுப்பப்பட்ட சிறிய ஸ்தூபிகளின் சுட்ட செங்கல்லால் ஆன அடித்தளங்கள் வரிசையாக நிறைந்திருக்கின்றன. பெரிய விஹாரங் களின் செங்கல் அடித்தளங்கள் வெயிலில் சிவந்து விரிந்து கிடந்தன. உண்மையில் இவை பிட்சுகளின் உடல்கள் அடக்கம்செய்யப்பட்ட இடங்களா என்பது ஐயத்துக்குரியது. காரணம் எங்கும் எலும்புகள் அகழ்வாய்வுகளில் கிடைக்கவில்லை. முன்னோடி ஆய்வாளர்களான அலெக்ஸாண்டர் கன்னிங்ஹாம் போன்றவர்களின் ஊகம் மட்டுமே அது.

சாரநாத் ஸ்தூபி இப்போது ஸ்தூபி வடிவில் இல்லை. அதன் வட்டமான மாபெரும் கருங்கல் அடித்தளம் மட்டும் முழுமையாக உள்ளது. அதில் சிறிய அளவில் அலங்கார வேலைப்பாடுகளும் புத்தர் சிலைகளும் உள்ளன. அதன் மேலே இருந்த ஸ்தூபி செங்கல்லால் அரைக்கோள வடிவில் கட்டப்பட்டு அதன்மேல் சுதைப்பூச்சு கொடுக்கப்பட்டதாக இருந்திருக்க வேண்டும். இப்போது உடைந்த செங்கல் கட்டுமானத்தின்

எஞ்சிய வடிவமற்ற அமைப்பு மட்டும் பத்தாள் உயரத்துக்கு எழுந்து நிற்கிறது.

150 அடி உயரமுள்ள சர் அலெக்ஸாண்டர் கன்னிங்ஹாம் இங்கே விரிவான தொல்லியலாய்வுகளைச் செய்திருக்கிறார். ஸ்தூபிக்குள் மேலே ஒரு ஓட்டை போட்டு உள்ளே இறங்கி நூறு அடிவரை உள்ளே சென்று ஆராய்ந்திருக்கிறார். பச்சை சலவைக்கல்லால் ஆன ஒரு பெட்டி கிடைத்திருக்கிறது. அதில் வழிபாட்டுக்குரிய புத்தர் சிலைகளும் பிராமி மொழியில் அமைந்த சில குறிப்புகள் கொண்ட சிலைகளும் கிடைத்திருக்கின்றன. எலும்புகள் ஏதும் இல்லை. உள்ளே அசோகர் காலத்து ஸ்தூபி இருக்கிறதை கன்னிங்ஹாம் கண்டுபிடித்தாராம்.

டெல்லி சுல்தான்களின் காலத்தில் சாரநாத் அழிக்கப்பட்டது. நெடுநாட்கள் இடிபாடுகள் காட்டுக்குள் கிடந்தன. பின்னர் அவ்விடி பாடுகளை உள்ளூர் ஆட்கள் தரமான செங்கல்லுக்காக நெடுநாள் கொண்டு சென்றிருக்கிறார்கள். 1794ல் காசி மன்னர் செட் சிங்கின் அமைச்சரான ஜெகத் சிங் என்பவர் சாரநாத் ஸ்தூபியை மேலிருந்து இடித்து செங்கல் எடுத்து கொண்டுசென்றார். சாரநாத்தின் கணிசமான பகுதி இவ்வாறு இல்லாமலானது.

சாரநாத் இன்று வெறும் செங்கல் மிச்சங்கள் மட்டுமே. ஆனாலும் வரலாற்றை அறிந்த ஒருவருக்கு அது அளிக்கும் மன எழுச்சி அற்புதமானது. மானுட ஞானத்தின் ஒரு மகத்தான கொந்தளிப்பின் செங்கல் தடயம் அது. நம்பிக்கைகளில் இருந்து நுண் ஞானம் நோக்கி மானுடப்பிரக்ஞை பாய்ந்துசென்றது பௌத்தம் வழியாகவே. அதன் பின் உலகில் உருவான எல்லா மெய்ஞானமும் பௌத்தத்தில் இருந்து வேர் சத்து பெற்றுக் கொண்டவையே.

அசோகர் சாரநாத்தில் எழுப்பிய வெற்றித்தூண் இடிந்து பல துண்டுகளாக கிடந்திருக்கிறது. அதை ஒரு சிறு மண்டபத்தில் சேர்த்து வைத்திருக்கிறார்கள். அதில் பிராமி லிபிகளில் அசோகரின் செய்தி இருக்கிறது. அந்தத் தூணின் உச்சியில்தான் நமது தேசிய அடையாள மான நான்குசிங்கங்களும் சக்கரமும் கொண்ட சின்னம் இருந்தது.

சாரநாத் அருங்காட்சியகத்தில் அசோகரின் அந்தச் சின்னம் அதிக சேதம் இல்லாமல் வைக்கப்பட்டிருக்கிறது. கடுமையான பாதுகாப்பு ஏற்பாடுகள் கொண்ட அருங்காட்சியகம் அது. முகப்பிலேயே நல்ல ஒளியமைப்பில் அச்சின்னம் பாதுகாக்கப்பட்டிருக்கிறது. மென்மை யான தவிட்டு நிறம் கொண்ட ஒருவகை சலவைக்கல்லில் மழமழ வென்று செதுக்கப்பட்ட நான்கு சிங்கங்கள். மேலே பீடம். கீழே 36 ஆரங்களுடன் தர்ம சக்கரம் (நமது தேசிய சின்னம் 24 ஆரம் கொண்டது).

தர்ம சக்கரம் அறத்தின் சுழற்சியை, பௌத்த ஞானம் உருளத்தொடங்கி விட்டது என்பதைக் குறிக்கிறது. நான்கு சிங்கங்களும் புத்தரையே குறிக்கின்றன. புத்தர் சாக்கிய சிங்கம் என்று சொல்வது பௌத்த மரபு. நான்கு பக்கமும் சாக்கியசிங்கம் கிளம்புவதையே அச்சிலை குறிப்பிடுகிறது. நம் தேசியக்குறியீடாக அமைவதற்கு முற்றிலும் தகுதி கொண்ட ஒரு மகத்தான சிலை அது. அதை தேர்வுசெய்ததில் நேருவுக்கு பெரும் பங்குண்டு என்பார்கள். அவரது இந்திய தரிசனத்தின் ஆழத்தை அது காட்டுகிறது. ஒரு சிக்கலான காலகட்டத்தில் மதவெறியால் பீடிக்கப்படாத நேரு நம் தேசத்தை வழிநடத்தியது நமது நல்லூழ் என்றே சொல்லவேண்டும்.

சாரநாத் அருங்காட்சியகம் மிக முக்கியமான ஒரு சேகரிப்பு. இங்குள்ள அரிய புத்தர் சிலைகளை விரிவாகவே ஆராய வேண்டும். புத்தர் அவலோகிதர், மைத்ரேயர் போன்ற அபூர்வ தோற்றங்களில் வடிக்கப் பட்டிருக்கிறார். தாராதேவி (பிஞ்ஞாதாரா) யின் பல சிலைகள் நுட்பமான அழகுகொண்டவை.

மதியம் பிகார் வழியாக கயா நோக்கிக் கிளம்பினோம். மத்தியபிரதேசம் வரை எங்களை மழை சூழ்ந்து வந்திருந்தது. இப்போது உக்கிரமான வெயில். இத்தனைக்கும் அப்போதும் பிகாரின் வடகிழக்கில் பெருவெள்ளத்தில் கிராமங்கள் மூழ்கிக் கிடந்தன. ஒப்புநோக்க மத்தியபிரதேசத்தை விட உத்தரபிரதேசமும், பிகாரும் சாலைவசதியில் மேம்பட்டவை. ஆனால் தங்கநாற்கரச்சாலை பல இடங்களில் பணி முடியாமல் அப்படியே கைவிடப்பட்டிருந்தமையால் அங்கெல்லாம் சேறும் குழியும் நிறைந்த சாலைகளில் இறங்கி தத்தளித்துத்தான் செல்லவேண்டியிருந்தது. வாஜ்பாய் தொடங்கிவைத்து அதிவேகமாக நகர்ந்த தங்கநாற்கர திட்டம் காங்கிரஸ் ஆட்சியில் உதாசீனப்படுத்தப் பட்டு பெரும்பாலும் முக்கால் கட்டுமானம் என்ற அளவிலேயே தேசம் முழுக்க நின்றுவிட்டிருக்கிறது.

பிகார் நாங்கள் பார்த்தவரை வறட்சியாக இல்லை. எங்கும் நெல் வயல்கள் பச்சைக்கடல்போல பரவிக்கிடந்தன. கண் எட்டும் தொலை வெல்லாம் விளைநிலங்கள். பத்து கிலோமீட்டருக்கு ஒரு முறை சாலையை வெட்டிச்செல்லும் நீர் சுழித்தோடும் ஆறுகள். ஆனால் வாழ்க்கைமுறை வருத்தமளிப்பதாகவே இருக்கிறது. வீடுகள் எந்தவித மான தேர்ச்சியுமில்லாமல் கட்டப்பட்ட குடில்கள்தான். கூரைகளைப் பார்த்தால் அவை எப்படி மழைக்குத்தாங்கும் என்ற அச்சமே ஏற்படுகிறது. சிக்கு பிடித்த தலையும் அழுக்குடையும் பீதியுள்ள நோக்குமாக பஞ்சை மக்கள். இந்த முரண்பாடு இப்பகுதி முழுக்க நம் மனதை உறுத்துகிறது.

பிகாரில் ஒரு கிராமச்சாலையில் கள் விற்கப்படுவதை செந்தில் பார்த்தார். நிறுத்திவிட்டு உள்ளே சென்றோம். ஏற்கெனவே நான்குபேர் அமர்ந்து குடித்துக் கொண்டிருந்தார்கள். எங்களுக்கும் சாக்கு விரித்து அமரச்சொல்லி உபச்சாரம் செய்தார்கள். செந்திலும் வசந்த குமாரும் அமர்ந்து கொண்டார்கள். பனையேறி குடிசைக்குள் சென்று கள் கொண்டுவந்தார். நல்ல கள். ஆனால் சற்று நீர் கலந்து கொடுத்து விட்டார்.

குடித்துவிட்டு வரும் வழியில் அந்தக் குடிசைகளை பார்த்தோம். குனிந்துதான் உள்ளே நிற்க முடியும். தொட்டிலில் குழந்தை தூங்கியது. தரை சொதசொதவென சேறு குழம்பிக்கிடந்தது. சுடிதார் அணிந்த ஒரு பெண் எங்களை பார்த்தாள். அழகிய பெண். அருகே ஒரு அழகிய குழந்தை. மண்சட்டிகள் கூட குடிசைக்குள் மிகவும் குறைவாகவே இருந்தன.

பிகாரை நெருங்கியபோது ஆயுதமேந்திய கொள்ளை பற்றி கடைகளில் சில குறிப்புகள் அளித்தார்கள். நாங்கள் சீக்கிரமே அப்பகுதியை கடந்து விடுவோம் என்பதனால் பொருட்படுத்தவில்லை. சாலையில் லாரிகள் கூட்டம் கூட்டமாகச் சென்றுகொண்டிருந்தன. பிகாரை நெருங்கியதுமே எங்களுக்கு ஓர் அனுபவம். நன்றாக சாலையோரத்தில் கட்டடம்போல கட்டி செக்போஸ்ட் அமைத்து தனியார் தண்டல் வசூலித்தார்கள். ஏதோ கோயிலுக்கான நிதிவசூல் என்று ரசீது கொடுத்தார்கள். செந்தில் என்ன அடிப்படையில் வசூல் செய்கிறீர்கள் என்று கேட்டபோது உள்ளூர் கௌரவ மேஜிஸ்டிரேட்டின் அனுமதி இருப்பதாகச் சொன்னார்கள். கூட்டமாக வரும் லாரிக்காரர்கள் அவர்களை பொருட்படுத்து வதில்லை. கார்கள்தான் இலக்கு. அந்த ஊர் தலைவருக்கான கப்பமாம். அப்படி கயா வரை மூன்று இடங்களில் வசூல் நடந்தது!

கயாவை இரவு நெருங்கினோம். சாலை ஓரமாக ஒரு லாரி நான்கு ஆள் உயரத்துக்கு செந்தழல் விட்டு எரிந்துகொண்டிருந்தது. என்ன ஆயிற்று என்றால் யாருக்கும் தெரியவில்லை. உள்ளே ஆள் இருந்தார்களா என்றால் இருந்திருக்கலாம் என்றார்கள். சரக்குடன் அப்படியே எரிய ஆரம்பித்திருக்கிறது. இத்தனைக்கும் டோல்கேட் அருகே. ஆனால் யாரும் பொருட்படுத்துவதாக தெரியவில்லை. சற்று நேரம் வேடிக்கை பார்த்துவிட்டு நாங்களும் கிளம்பிவிட்டோம்.

இரவு எட்டு மணிக்கு புத்த கயாவை அடைந்தோம். புத்தகயாவுக்கு அது சீசன் அல்ல. ஆகவே கூட்டம் ஏதும் இல்லை. விடுதிகள் காலியாகவே கிடந்தன. வழக்கம்போல சிவா செந்தில் தலைமையில் பேரம்பேசும் படை புறப்பட்டு சென்றது. ஒருவிடுதியில் முந்நூறு ரூபாய்வீதம் வாடகையில் இரண்டு இரட்டை அறைகள். கிருஷ்ணனும்

கல்பற்றா நாராயணனும் வேறு திசையில் சென்று இன்னொரு ஓட்டலில் எழுநூறு ரூபாய்செலவில் உயர்தரமான இரு அறைகளை பார்த்து வந்தார்கள். ஆனால் உபரி ஆள் தங்க தலைக்கு நூறு ரூபாய் கேட்டான். ஆகவே இங்கேயே தங்கிவிட்டோம்.

ஓட்டலுக்கு பக்கவாட்டில் ஒரு சாலையோர உணவகம். அங்கே சாப்பிடலாமென விடுதிப்பையன் சொன்னான். தார்ப்பாயை கூரைபோட்டு உருவாக்கப்பட்ட அந்தக் கடையில் சூடாக சப்பாத்தியும் டாலும் செய்து தந்தார்கள். பிகாரின் மிகச்சிறந்த உணவு அது. ஆச்சரியம் என்னவென்றால் அந்த ஓட்டலில் இருந்த பையன் நன்றாக ஆங்கிலம் பேசினான். பட்டப்படிப்பு முதல் வருடம் படிக்கிறான், பெயர் அருண்குமார். அவனது பெற்றோர்தான் ஓட்டலை நடத்துகிறார்கள். அவன் இரவு 12 மணிவரை அங்கே வேலைசெய்துவிட்டு கல்லூரி செல்கிறான்.

இத்தனை ஆச்சரியம் என்னவென்றால் மத்தியபிரதேசம், உத்தர பிரதேசம், பிகார் எங்குமே ஆங்கில ஞானமே கிடையாது என்பதே. இதைச் சொல்லி புரிய வைப்பது கஷ்டம். தமிழ்நாட்டில் குப்பை பொறுக்கும் சிறுவன் ஒருவனுக்குத் தெரிந்த ஆங்கிலம் கூட வடக்கே சட்டை பாண்ட் போட்டு பைக்கில் வரும் ஒருவருக்கு தெரியாது. ஃபுட், ஸ்டே போன்ற அடிப்படை ஒற்றைச் சொற்கள்கூட அவர்களுக்கு பழக்கம் இல்லை. அது கூட தெரியாமலிருக்காது என்றும் அவர்கள் பிடிவாதமாக இந்திபேசுகிறார்கள் என்றும் நமக்கு தோன்றும். ஆனால் நாம் கேட்டதும் அவர்கள் கண்களில் வரும் தவிப்பைக் கண்டால் உண்மை புரியும். பெரிய விடுதிகளில் வரவேற்பறையில் இருப்பவர்கள் கூட ஆங்கிலம் அறியாதவர்கள். கயாவிலேயே அருண்குமாரை தவிர ஆங்கிலம் அறிந்த எவரையுமே நாங்கள் காணவில்லை.

‘‘பார்த்து செந்தில், அருண்குமார் சீக்கிரமே ஐ.ஏ.எஸ். தேறி தமிழ்நாட்டு கேடருக்கு வந்துசேர்வார்’’ என்றார் கிருஷ்ணன். ‘‘அப்டி பலபேர் இருக்காங்க’’ என்றார் செந்தில். அருண்குமாரிடம் பேசி விடைபெற்று விடுதிக்குச் சென்றோம். ஆங்கிலம் பற்றி பேசிக் கொண்டோம். உண்மையில் ஒப்புநோக்க ராஜஸ்தான் மட்டுமே தமிழகம் கர்நாடகம் ஆந்திராவைவிட வறண்ட வடமாநிலம். மற்ற எல்லா மாநிலங்களும் நம்மைவிட நீர்வளம் கொண்டவையே. ஆனாலும் நாம் அவர்களை விட பல மடங்கு பொருளியல் மேம்பாடும் வாழ்க்கை மேம்பாடும் கொண்டவர்களாக இருக்கிறோம். காரணம் ஆங்கிலமே.

இந்த வடமாநிலங்களில் பல லட்சம் பேர் வேலையில்லாமல் அலைகிறார்கள். அதேசமயம் லட்சக்கணக்காக தமிழர்கள் வந்து இங்கே

தங்கி சம்பாதித்து ஊருக்கு அனுப்புகிறார்கள். ஆங்கிலக்கல்வி அளிக்கும் மேலாதிக்கம் மட்டுமே அதற்குக் காரணம். இந்தி படித்தால் வடமாநிலங்களில் வேலை கிடைக்கும் என்று ஒரு தரப்பு தமிழ்நாட்டில் சொல்கிறது. அதைவிட அபத்தம் வேறில்லை. அதிகபட்சம் மூன்று மாதத்தில் இந்தியை படிக்க முடியும். ஆங்கிலம் நமக்கு அளிக்கும் ஞானம் என்பது மொழி ஞானம் மட்டும் அல்ல. அது இன்றைய பொருளியல் உலகத்தின் மந்திரத்திறவுகோல். நமது கல்வியின் நோக்கம் பொருளியல் மேம்பாடு என்றால் அது ஆங்கிலத்தில் இருப்பதே சிறந்தது.

- 19 -

போத் கயா

செப்டெம்பர் 17 ஆம் தேதி காலையில் போத் கயாவில் தூங்கி எழுந்தோம். அதிகாலை நான்குமணி. நல்லவேளை யாக மழை இல்லை. குளித்துவிட்டு கீழே இறங்கி ஒரு டீ மட்டும் குடித்துவிட்டு நடந்தே மகாபோதி ஆலயத்துக்குச் சென்றோம். குளிர் இல்லை. இதமான இளம் காற்று. தெருவில் பலவகையான பிட்சுகள் சென்று கொண்டிருந்தார்கள். கடும்நிறமான துவராடை அணிந்தவர்கள் காவியாடை அணிந்தவர்கள் மஞ்சள் ஆடை அணிந்தவர்கள். மரபுப்படி காவியாடை அணிந்தவர்கள் மகாயானத்தின் பிரிவுகளைச் சேர்ந்தவர்கள். மஞ்சளாடை அணிந்தவர்கள் தேரவாதிகள். கடும்நிறமுள்ள உடை வஜ்ராயனத்தைச் சார்ந்தது. ஆனால் இப்போது மேலும் மேலும் உட்பிரிவுகளால் ஆனதாக உள்ளது பௌத்தம். தவிட்டு நிற உடை அணிந்த பிட்சுகளைக் கூட கண்டோம். மஞ்சள் நிறத்தவரே அதிகமும் கண்ணில் பட்டார்கள்.

கயாவுக்கு இன்று இரண்டு முகம். கயா என்றழைக்கப்படும் ஊர் கங்கைக்கரையில் உள்ளது. வைதிக முக்கியத்துவம் உள்ளது. போத்கயா சிலரால் புத்த கயா என்றும் அழைக்கப்படுகிறது. போதியைச் சூழ்ந்துள்ள கயா என்ற பொருளில் போத் கயா என்று சொல்லப்படுகிறது. உருவேலா, சம்போதி, வஜ்ராசனநகர், மகாபோதி நகர் போன்ற பெயர்களும் இவ்வூருக்கு உண்டு. இங்குள்ள மையக்கோயில் போதிமந்த விஹாரம் என்று பாலி மொழியில்

சொல்லப்பட்டது. பௌத்தர்களுக்கு உலகிலேயே மூன்று ஊர்கள்தான் முக்கியமானவை. ஒன்று கயா, இன்னொன்று நேப்பாள் எல்லையில் உள்ள குஷி நகர், இங்குதான் புத்தர் மகாசமாதி அடைந்தார். மூன்றாவது புத்தர் தர்மசக்கர இயக்கத்தை தொடங்கி வைத்த சாரநாத்.

கதைகளின்படி சாரநாத்தின் சமணர்களிடமிருந்து பிரிந்து கிளம்பிய கௌதம சித்தார்த்தர் பால்குன நதியின் கரையில் அமைந்த இந்த இடத்துக்கு வந்தார். இது வைதிகர்களின் புகழ்பெற்ற நகரமாக விளங்கிய கயையின் வெளிப்பக்கத்தில் இருந்தது. இங்கே உள்ள போதிமரத்தின் அடியில் அமர்ந்து ஏழுவாரங்கள் தியானம்செய்து மெய்ஞானம் அடைந்தார். இங்கிருந்து சாரநாத்துக்கு பயணம் செய்து அங்கிருந்த சமணர்களிடம் உரையாற்றி தன் தர்மத்தை தொடங்கினார்.

சித்திரை மாதம் (சைத்ர) முழுநிலவு நாளில் உலகமெங்கும் இருந்து பௌத்தர்கள் இங்கே வந்து கூடி புத்தரை வணங்கும் வழக்கம் நீண்ட நாட்களாக உள்ளது. புத்தர் ஞானம் பெற்ற நாள் அது என்று மரபு. இந்நாள் புத்த பூர்ணிமா என்று சொல்லப்படுகிறது. இந்த விழாவைப் பற்றியும் புத்த கயையின் சிறப்பைப்பற்றியும் ஐந்தாம் நூற்றாண்டில் பாகியானும் ஏழாம் நூற்றாண்டில் யுவான் சுவாங்கும் விரிவாகவே எழுதியிருக்கிறார்கள். 13 ஆம் நூற்றாண்டில் டெல்லி சுல்தான் கயையை கைப்பற்றினார்.

போத் கயாவில் மகாபோதி மரத்தின் வழித்தோன்றல் என்று சொல்லப் படும் அரசமரம் உள்ளது. உண்மையில் அது புராதனமான மகாபோதி மரத்தில் இருந்து கிளை எடுத்து கொண்டுசென்று இலங்கையில் அனுராதபுரத்தில் நடப்பட்டு அங்கே கோயில்கொண்டிருந்த மகாபோதி மரத்தில் இருந்து கிளை எடுத்துக் கொண்டு வந்து நடப்பட்டதாகும். புத்தருக்கு 200 வருடம் முன்பு அசோக சக்ரவர்த்தி கயாவுக்கு வந்தார் என்று வரலாறு. அந்த இடத்தில் ஒரு ஆலயத்தை அவர் அமைத்தார். குஷானர் காலத்திலும் குப்தர் காலத்திலும் அது மீண்டும் விரிவுபடுத்திக் கட்டப்பட்டது. பின்னர் அது 1203ல் பிகார் மற்றும் வங்கம் மீது படைகொண்டுவந்த சுல்தான் பக்தியார் கில்ஜியின் படைகளால் அழிக்கப்பட்டு முழுமையாகவே மறக்கப்பட்டது.

மகாபோதி நின்ற இடத்தையும் ஆலயத்தையும் 1881ல் தான் கண்டடைந்திருக்கிறார்கள். 1883 முதல் நடந்த விரிவான அகழ்வாய்வு களின் வழியாக அலெக்ஸாண்டர் கன்னிங்ஹாம் கடும் முயற்சி செய்து கயாவின் ஸ்தூபிகளை மீட்டு எடுத்தார். ஜெ.டி.பெக்லர் மற்றும் ராஜேந்திரலால் மித்ரா ஆகியோர் ஆய்வில் இணைந்து பணியாற்றினார் கள். அதன்பின்னரே இலங்கையில் அனுராதபுரத்தில் இருந்து போதியின் கிளை இங்கே கொண்டுவந்து நடப்பட்டு போத் கயா

மகாபோதி ஆலயம்

பழைய புகழை அடைந்தது. இப்போதுள்ள ஆலயம் பர்மியர்களால் எடுத்துக்கட்டப்பட்டது. இந்த வளாகத்திலேயே முந்தைய ஆலயத்தின் சிறிய மாதிரி ஒன்று இருந்திருக்கிறது. அதை முன்வடிவமாகக் கொண்டு இந்த ஆலயம் எழுப்பப்பட்டது. கஜுராஹோ- பூரி கோயில்களின் சிற்ப அமைப்பை அடியொற்றியது இது.

காலைநேரம் மகாபோதியின் அடியில் தியானமுழுமையுடன் விடிந்தது. எங்கும் அமைதி, அந்த அமைதிக்கு அடிக்கோடிடுவதுபோல பாலிமொழியில் ஒலித்துக் கொண்டிருந்த கனத்த மங்கோலியக்குரல் புத்த மந்திரம். மகாபோதி கோயிலின் மையக்கோபுரம் செங்குத்தான கூம்பாக நூற்றைம்பதடி உயரத்துக்கு எழுந்து நின்றது. கோயிலைச்சுற்றி நூற்றுக்கணக்கான சிறிய ஸ்தூபிகள். புராதனமான கட்டடங்களின் அடித்தளங்கள். கூப்பிய கரங்களுடன் பிட்சுகள் அதைச் சுற்றி வந்தார்கள். ஆலிலை போல துடிக்கும் உதடுகளினால் மந்திரங்களைச் சொல்லிக் கொண்டார்கள்.

பலவருடங்களுக்கு முன்னர் நான் இங்கே வந்திருக்கிறேன். அப்போது இங்கே பெரும் கூட்டம். கூட்டநெரிசலில் அலைந்த பின்னர் கோயிலைச் சுற்றிவிட்டு திரும்பிவிட்டேன். அன்று என் மனம் அலைபாய்ந்து கொண்டிருந்த தனால் நான் எதையுமே காணவில்லை, எங்கும் கவனம் குவியவில்லை. ஆனால் இப்போது முதலில் கைக்குள் புறா சிறகடிப்பது போல மனம் துடித்தது. பதற்றமான பரபரப்பான சில கணங்களுக்குப் பின் புறாவிழிகள் மேலேறி மூட அது கழுத்தை உள்ளிழுத்து அமைதியில் அடங்குவதுபோல முழுமையான தியான நிலையை அடைந்தேன். ஒரு இடத்தில் அத்தகைய பூரணநிலையை நான் உணர்ந்தது இதற்கு முன் இமயத்தின் மடியில் மட்டுமே.

கோயிலுக்குப் பின்பக்கம் புத்தர் போதிமரத்தின் அடியில் அமர்ந்திருந்த இடத்தில் வஜ்ராசனம் என்று சொல்லப்படும் சிறிய பீடம் போடப் பட்டிருந்தது. அதைச் சுற்றி கம்பிவேலி. உள்ளே புத்தரின் நினைவு அந்த பீடத்தில் கம்பீரமாக கண்மூடி அறிநகை சுடர அமர்ந்திருந்தது. அதன் முன் ஒரு இளம் கொரிய பிக்குணி நூற்றியெட்டு நமஸ்காரங்கள் செய்து கொண்டிருந்தாள். நமஸ்காரம் செய்வதற்குரிய விரிப்புகள் கைகள் கல்லில் உரசாமலிருப்பதற்கான உறைகள் எல்லாம் அவளே கொண்டு வந்திருந்தாள். பல பிக்குகள் அப்பகுதியில் தியானம் செய்தார்கள். நான் கல்தூண் சாய்ந்து அமர்ந்து என்னுள் மூழ்கினேன்.

சிங்கள பௌத்தர்கள் ஒரு குழுவாக வந்தார்கள். கீழே வேட்டி மேலே காலர் வைத்த சட்டை. எல்லா பெண்களுக்கும் சந்திரிகா குமாரதுங்க வின் சாயல். அவர்களின் நெடுநாள் பிரார்த்தனையும் கனவுமாக இருக்க வேண்டும் அந்தப் பயணம். ஆனாலும் அவர்களால்

போதி மரம்

ஒருவரோடொருவர் சளசளவென பேசாமல் இருக்க முடியவில்லை. சாமான்களைப் பாதுகாக்கும் பரபரப்பு. புது இடத்தில் வரும் கிளர்ச்சி. அங்கே மௌனத்தை கடைப்பிடிக்க வேண்டும் என்பதையே அவர்கள் மறந்துவிட்டிருந்தார்கள். கையில் வெண்மலர்களுடன் வரிசையாக சுற்றி வந்தார்கள். முன்னால் வந்தவர் கையில் சரிகை அலங்காரம் செய்யப்பட்ட வெண்கொடி. அவர்கள் போதிமுன் வந்தபோது தங்களை மீறி அமைதியாகிவிட்டிருந்தார்கள்.

போதியின் முன்னாலிருந்து எழவே மனம் வரவில்லை. இனிய தூக்கம் நம்மை பிடித்து மீண்டும் மீண்டும் உள்ளே அமிழ்த்துவதுபோல ஒரு அழுத்தம். பலமுறை கிளம்ப தீர்மானித்து மீண்டும் அமர்ந்து கொண்டேன். கிருஷ்ணன் வந்து கிளம்புவோம் என்றார். சுற்றிவந்து கோயிலுக்குள் சென்றோம். சிறிய கருவறை மட்டுமே. அதனுள் பதினைந்தடி உயரமுள்ள பர்மிய பாணி புத்தர் சிலை பொன்னிறமாகச் சுடர் விரித்து அமர்ந்திருந்தது. புத்தரின் முத்திரைகளில் அவர் ஞானம் பெற்றதற்கு பூமியை சாட்சி நிறுத்தும் பூமி ஸ்பர்ஸ முத்திரை முக்கிய மானது. கயாவின் பெரும்பாலான புத்தர் சிலைகள் வலக்கையால் பூமியை தொட்ட நிலையில்தான் வீற்றிருக்கின்றன. பாதங்களை தொட்டு பணிந்து வெளியேறினோம்.

கயாவின் ஆலயத்துக்குள் பிகாரி கிராமத்துப் பெண்கள் கூட்டம் கூட்டமாக வந்தார்கள். கூச்சமும் உற்சாகமும் நிறைந்த எளிய சிரிப்புகள். சளசளவென்று பேச்சு. ஒரு பெண்ணிடம் நான் வாயில் கைவைத்து பேசாதே என்றேன். அவள் வாய் பொத்தி சிரித்துக்கொண்டு ஓடினாள். வட இந்தியாவில் நுழைந்தபின்னர் நாங்கள் கறுப்பு நிறமுள்ள மக்களை அதிகமாகக் கண்டதில்லை. சிவப்பு, செம்பழுப்பு நிறமுள்ள மக்கள். அதாவது ஆரியன், சித்தியன் இன மக்கள். பிகாரில் இந்தப் பகுதியில் கிராமங்களில் கரிய நிறமுள்ளவர்கள் நிறையவே இருக்கிறார்கள். அவர்களுக்கு புத்தரைப்பற்றி ஏதும் தெரிந்திருக்க வாய்ப்பில்லை. ஆனால் இப்பகுதியில் புத்தர் விஷ்ணுவின் அவதார மாக நெடுநாட்களாகக் கருதப்பட்டுவருகிறார்.

கயாவில் பால் காரஸ் எழுதிய The Gospel Of Budha என்ற பிரபலமான நூலை வாங்கும்படி நண்பர்களிடம் சொன்னேன். பௌத்த நூல்களி லேயே அதிக புகழ்பெற்றது இதுதான். பைபிள் புதிய ஏற்பாட்டின் அமைப்பில் புத்தரின் வாழ்க்கையையும் செய்தியையும் சொல்லும் எளிமையான நூல் இது. இதை என் நண்பர் மு.கி.சந்தானம் தமிழாக்கம் செய்திருக்கிறார். மைய அரசின் தேசிய பிரசுர நிறுவனம் இந்நூலை வெளியிட்டிருக்கிறது. நண்பர் சந்தானத்தை ஃபோனில் அழைத்து பேசினேன்.

கயாவை உண்மையில் நாலைந்து நாட்கள் தங்கி விரிவாகச் சுற்றிப் பார்க்கவேண்டும். இங்கே நேபாளம், ஸ்ரீலங்கா, தாய்லாந்து, கொரியா, சீனா, ஜப்பான் போன்ற நாடுகளுக்கு அவர்களுக்குரிய விஹாரங்களும் அவர்களுக்குரிய புத்தர் கோயில்களும் உள்ளன. ஒவ்வொன்றும் அந்தந்த நாட்டுக்குரிய கட்டடக் கலையைப் பின்பற்றி அமைக்கப் பட்டது. எங்கள் பயணம் என்பது ஒவ்வொரு ஊரிலும் ஒரு டீஸ்பூன் அள்ளி கலக்கி ஒரு இந்திய ருசியை உருவாக்கிக் கொள்ள முடியுமா என்ற சோதனைதான். கயாவுக்கு முடிந்தால் அடுத்த வருடம் புத்த பூர்ணிமையன்று வரவேண்டும் என்று எண்ணிக் கொண்டேன்.

www.ingramcontent.com/pod-product-compliance
Lightning Source LLC
LaVergne TN
LVHW092034051026
849518LV00012B/912
* 9 7 8 8 1 8 4 9 3 6 8 1 0 *